இதிகாசம்

இதிகாசம்

எஸ். திவாகர் (பி. 1944)

1944இல் பெங்களூர் மாவட்டத்தின் சோமத்தனஹள்ளி கிராமத்தில் பிறந்தார். தேவனஹள்ளியிலும் பெங்களூருவிலும் கல்வி கற்றார். கர்நாடகப் பல்கலைக் கழகத்திலிருந்து பட்டம் பெற்றார். அடிப்படையில் பத்திரிகையாளரான அவர் 1989 - 2005வரை சென்னையில் இருக்கும் அமெரிக்கன் தூதரகத்தில் பத்திரிகை ஆசிரியராக இருந்தார்; தில்லி நேஷனல் டிரஸ்ட்டுக்காக அவர் எழுதிய 'சமூக ஊடகங்கள்' என்ற புத்தகம் இந்தியாவின் பல மொழிகளில் மொழிபெயர்க்கப்பட்டிருக்கிறது.

சிறுகதை, கவிதை, கட்டுரை, விமர்சனம், மொழிபெயர்ப்பு, தலையங்கம் எனப் பல இலக்கிய வடிவங்களில் முப்பதுக்கும் அதிகமான படைப்புகளைக் கொடுத்தவர். ஆக்ஸ்பர்ட் பல்கலைக்கழகம் தொகுத்த திவாகரின் தேர்ந்தெடுத்த கதைகளின் ஆங்கில மொழிபெயர்ப்பு 'Hundreds of Streets to the Palace of Lights', இது 2016இல் அகில இந்தியா கிராஸ் வர்ட் விருதுக்கு *shortlist* ஆன புத்தகம்.

திவாகர் பெற்ற பல விருதுகள், கௌரவங்கள் இந்திய அரசின் கலாச்சாரத் துறையின் சீனியர் பெலோஷிப், ரைட்டர்-இன்-ரெஸிடென்ஸ், ஐயோவா பல்கலைக் கழகம், யு.எஸ்.ஏ., கர்நாடக சாகித்திய அகாடெமி விருது, அகில இந்தியா கதை விருது, குவெம்பு பாஷா பாரதி விருது, சிவராம் காரந்த் விருது, வி.சீ. சம்பதா விருது, முத்தன காவிய விருது, பி.எச். ஸ்ரீதர் இலக்கிய விருது, ஆர்யபட்டா விருது, கொல்கத்தா அகில இந்தியா இந்தி கௌரவ விருது ஆகியவை திவாகர் பெற்ற விருதுகளும கௌரவங்களும் ஆகும்.

Email: diwasurya@gmail.com

கே. நல்லதம்பி (பி. 1949)
மொழிபெயர்ப்பாளர்

பிறப்பு மைசூரில். படிப்பு B.A.வரை. ஒரு தனியார் நிறுவனத்தில் வியாபாரப் பிரிவின் அகில இந்திய மேலாளராக முப்பத்தைந்து வருடங்கள் வேலை பார்த்து ஓய்வுபெற்றவர். நிழற்படக் கலையில் ஆர்வம் உள்ளவர். அகில உலக, தேசியக் கண்காட்சிகளில் இவரது நிழற்படங்கள் பார்வைக்கு வைக்கப்பட்டுப் பரிசுகளும் பெற்றிருக்கின்றன. கன்னடத்திலிருந்து தமிழுக்கும் தமிழிலிருந்து கன்னடத்திற்கும் இவர் மொழிபெயர்த்த கவிதைகள், சிறுகதைகள், கட்டுரைகள் பல இதழ்களில் வெளியாகியுள்ளன.

தற்போது பெங்களூரில் வசிக்கிறார்.

இந்நூலின் மொழிபெயர்ப்புக்கு 'யாளி திட்டம்' நல்கை வழங்கியுள்ளது.

இந்திய மொழிகளுக்கிடையிலும் இந்திய மொழிகளிலிருந்து அயல் மொழிகளுக்கும் மேற்கொள்ளப்படும் மொழிபெயர்ப்புகளை சங்கம் அமைப்பின் யாளி திட்டம் பேணிப் பண்படுத்துகிறது. பதிப்பாளர்களுடனும் செம்மையாக்குநர்களுடனும் (எடிட்டர்) யாளிக்கு இருக்கும் பரவலான தொடர்புகளைப் பயன்படுத்தி இந்த மொழிபெயர்ப்புகளை வெளியிடவும் அவை பரவலாகக் கிடைக்கும்படி செய்யவும் யாளி முயற்சி செய்கிறது.

மொழிபெயர்ப்பாளர்களின் சமூகத்தைக் கட்டமைக்கவும் பதிப்பகங்களின் நூல் வரிசையில் மொழிபெயர்ப்புகளை முன்னிலைப்படுத்தவும் யாளி ஈடுபட்டுவருகிறது. இந்திய மொழிப் படைப்புகளைப் பற்றிய விழிப்புணர்வையும் ரசனையையும் இந்தியாவிலும் அயலிலும் செழுமைப்படுத்த அது முயற்சி செய்கிறது.

எஸ். திவாகர்

இதிகாசம்

கன்னடத்திலிருந்து தமிழில்
கே. நல்லதம்பி

காலச்சுவடு பதிப்பகம்

அன்பார்ந்த வாசகருக்கு,

வணக்கம்.

காலச்சுவடு நூலை வாங்கியமைக்கு நன்றி.

நூலின் உள்ளடக்கம், உருவாக்கம், அட்டைப்படம் இன்ன பிற அம்சங்கள் பற்றிய உங்கள் கருத்துகளையும் ஆலோசனைகளையும் காலச்சுவடு வரவேற்கிறது. தகவல், எழுத்து, வாக்கியப் பிழைகள் தென்பட்டால் கட்டாயம் தெரிவித்து உதவுங்கள். நூல் தயாரிப்பில் கடும் குறைபாடு இருப்பின் மாற்றுப் பிரதி உங்களுக்குக் கிடைக்கக் காலச்சுவடு ஏற்பாடு செய்யும்.

மின்னஞ்சல்: publisher@kalachuvadu.com

காலச்சுவடு நாகர்கோவில் தலைமையகத்துக்கும் கடிதம் அனுப்பலாம்.

தங்கள்
எஸ்.ஆர். சுந்தரம் (கண்ணன்)
பதிப்பாளர் — நிர்வாக இயக்குநர்

இதிகாசம் ◆ சிறுகதைகள் ◆ ஆசிரியர்: எஸ். திவாகர் ◆ கன்னடத்திலிருந்து தமிழில்: கே. நல்லதம்பி ◆ © எஸ். திவாகர் ◆ முதல் பதிப்பு: டிசம்பர் 2019 ◆ வெளியீடு: காலச்சுவடு பப்ளிகேஷன்ஸ் (பி) லிட்., 669, கே.பி. சாலை, நாகர்கோவில் 629001

காலச்சுவடு வெளியீடு: 954

itikaacam ◆ ShortStories ◆ Author: S. Divakar ◆ Translated from Kannada by: K. Nallathambi © S. Diwakar ◆ Language: Tamil ◆ First Edition: December 2019 ◆ Size: Demy 1 x 8 ◆ Paper: 18.6 kg maplitho ◆ Pages: 128

Published by Kalachuvadu Publications Pvt. Ltd., 669, K.P. Road, Nagercoil 629001, India ◆ Phone: 91-4652-278525 ◆ e-mail: publications@kalachuvadu.com ◆ Wrapper printed at Print Specialities, Chennai 600014 ◆ Printed at Mani Offset, Chennai 600077

ISBN: 978-93-89820-19-5

12/2019/S.No.954, kcp 2495, 18.6 (1) ass

பொருளடக்கம்

முன்னுரை	11
பாகம்: ஒன்று	
வன்மம்	21
அனாதைகள்	31
நிலை	44
மிருத்யுஞ்சயன்	55
இதிகாசம்	71
பாகம்: இரண்டு	
காலநேமியும் கண்களும்	99
உயிர்க்கடவுள்	109
வழியில்	118
ஒரு நிகழ்ச்சி	123

நன்றி

'கொடூரம்' கதை *பிரஜாவாணி* தீபாவளி கதைப் போட்டி யில் (1979) முதல் பரிசு பெற்றது. 'அனாதைகள்', கதை *மல்லிகை உகாதி* கதைப் போட்டியில் (1976) இரண்டாம் பரிசையும், 'மிருத்யுஞ்சயன்' கதை *பிரஜாவாணி* ஆண்டுக் கதைப் போட்டியில் (1978) சிறப்புப் பரிசுகளையும் பெற்றவை. 'ஒரு நிகழ்வு' கதையைத் தவிர மற்ற எல்லாக் கதைகளும் *பிரஜாவாணி* தீபாவளிச் சிறப்பிதழ், *உதயவாணி* தீபாவளிச் சிறப்பிதழ், *மல்லிகை, பிரஜாவாணி, துஷாரா, காதம்பரி* பத்திரிகைகளில் வெளிவந்திருக்கின்றன. பரிசளித்த, பிரசுரித்த எல்லாப் பத்திரிகைகளின் ஆசிரியர்களுக்கும் நன்றிகள்.

முன்னுரை

எஸ். திவாகர் இந்தக் கதைத்தொகுப்பிற்கு முன்னுரை வடிவில் ஓரிரண்டு அறிமுக வார்த்தை களை எழுதுமாறு கேட்டதும், நான் சரி என்று சொன்னதும் இளைய, 'வளரும்' எழுத்தாளர்களை ஆசீர்வதிக்கும் பெருந்தன்மையின் பெருமைக்காக அல்ல. திவாகரைப் போன்ற விழிப்புணர்வுமிக்க எழுத்தாளர்களின் ஆளுமையைச் சற்றே உள்முக மாகக் கண்டுணர்ந்து அதற்குத் தகுந்தவகையில் எதிர்வினையாற்ற வேண்டும் என்கிற தன்னலம் பொதிந்த விழைவாகவே ஒப்புக்கொண்டேன். (இது நெருங்கிக்கொண்டிருக்கும் முதுமையின் அந்தரங்கப் பசியாகவும் இருக்கலாம்) இந்தக் கதைகள் நம் நவீன பரம்பரையின் அநேகமாகக் கடைசிக் (?) கட்டத்தைச் சேர்ந்த கதைகளென்று தோன்றியதாலும் நவீனத்தின் சில எல்லைகளையும் சாத்தியக் கூறுகளையும் தேடும் வேகத்தை எதற்காக இழக்கவேண்டுமென்று தோன்றியதாலும் மகிழ்ச்சியுடன் ஏற்றுக்கொண்ட பொறுப்பு இது.

இந்தத் தொகுப்பில் இரண்டு பாகங்கள் இருக்கின்றன. ஒவ்வொரு பாகத்திலும் வெவ்வேறு வகையான கதைகள் இருக்கின்றன. முதல் பாகத்தில் மனித வாழ்க்கையின் ஆளுமைச் சிதைவுகளைச் சித்தரிக்கும், தினசரி வாழ்க்கைக்கு நெருக்கமாக இருப்பதாகத் தோன்றும் சமநிலைக் கதைகளும், இரண்டாம் பாகத்தில் கனவுகளின் எல்லைக்குள் விரியும் கற்பனைக்கதைகளும் உள்ளன. இரண்டிலும் தேடலுக்கு அடிப்படையான பார்வை ஒன்றே

எனினும், அதன் சொல்முறைகள் மட்டும் வெவ்வேறு. தேடல் பார்வையைப் பற்றி ஒரே வார்த்தையில் சொல்வதானால் – அது அடிப்படையில் இருத்தலியல் பார்வை என்று சொல்லலாம். நகரங்கள், சேரிகள், முதுமை, மரணம், பிணங்கள், கொலை, பைத்தியம், உடல் முரண்பாடு, அன்னியத் தன்மை, தனிமை, பீதி, நிலையற்ற தன்மை போன்றவையே இந்தக் கதைகளில் அதிகமாகக் காணப்படுகின்றன. (புத்தர் மூன்றுவகையான இருத்தலியல் துயரங்களைக் கண்டவரென்றால், நம் நவீனத்துவர்கள் பலவகை இருத்தலியல் துன்பங்களை அனுபவிக்கிறார்கள்.) இந்தத் துயரங்களின் மேல் இலக்கை மையப்படுத்தும் குணம் இயற்கைக்கு மாறானது. இது ஒருவகையில் கற்பனை யிலிருந்து முரண்படும் கற்பனைவாதமாகும் – அதாவது கட்டுப்படுத்தப்பட்ட கற்பனைவாதம் என்றும் சொல்வதுண்டு. வாழ்க்கையை உருவாக்கும் சக்திகளை ஊக்குவிப்பதைத் தவிர்த்து இந்த இருத்தலியல்வாத இலக்கியம் வாழ்க்கையின் அலங்கோலத்தையும் அதன் வரையறையையும் மனிதனின் இயலாமையையும் சித்திரித்து ஒருவகையான உண்மை நிலையிலிருந்து தப்பிப்போகும் எண்ணத்தையே ஊக்குவிக்கிறது என்று சொல்பவர்களும் உண்டு.

இதற்கு நவீனத்துவர்களின் பதில் இல்லாமல் இல்லை; ‘மேலே குறிப்பிட்ட வாழ்க்கைப் பகுதிகள் – அதாவது அருவருப்பு, வரையறை, நிலையற்ற தன்மை, இயலாமை போன்றவை – இன்றைய நகரமயமான சூழலில் காலங்காலமாகத் தொடர்ந்து வரும் எல்லா மதிப்பீடுகளையும் ஒதுக்கிவைக்கும் நம் வாழ்க்கையில் தெளிவாகத் தெரியும் அம்சங்களே. வாழ்க்கையின் கொடூரங்களை எதிர்க்கக் கற்றுக்கொண்டால் மட்டுமே அதை வெல்ல முடியும். இந்த வெற்றியே பின்பு வாழ்க்கையை மாற்றும் குணங்களுக்கும் வலிமைக்கும் வழிவகுத்துக் கொடுக்கும். நவீன இலக்கியத்தின்அலைகளும் போக்குகளும் மட்டுமே எதிர்காலச் சமூகத்தைப் புரட்சிகரமானவகையில் மாற்றவேண்டுமென விழைகிற புரட்சிகரப் போக்குகளுக்கு வழிவகுக்கும். கடவுள் அருளால், கன்னட நவீன இலக்கியத்தில் தூய இருத்தலியல் கோட்பாடு வேரூன்றி நிலைக்கவே இல்லை. இருத்தலியல் தத்துவத்துடன் சமுதாயப் புரட்சிக் கோட்பாடும் கைகோர்த்தே வந்தது. அதனால் நம் நவீன இலக்கியத்தில் போதுமான சமுதாய – அரசியல் ஆய்வுகளும் விமர்சனங்களும் தொடக்கத்திலிருந்தே உருவாகி வந்திருக்கின்றன.

மேலே குறிப்பிடப்பட்ட பார்வையின் அடிப்படையில் திவாகரின் கதைகளைப் பார்த்தால் அவருடைய அக்கறையைத்

தெளிவாகத் தெரிந்துகொள்ள முடியும். அவர் சிலஆண்டுகளுக்கு முன்பு எழுதிய 'உயிர்க்கடவுள்' (1974) 'இதிகாசம்' (1976) ஆகிய கதைகளைப் பார்த்தால், திவாகரின் பார்வை அடிப்படையில் சமுதாய நோக்கத்தைக் கொண்டிருப்பது புரியும். (1960 இன் நவீன இலக்கியம் தனிமனித மையம் கொண்டதாக மாறியது; 1970இல் அது சுற்றுச்சூழல் – மையமாக இயங்கியது என்று சொல்லலாம்.) 'உயிர்க்கடவுள்' என்ற கற்பனைக் கதையில் ஸ்ரீ ஸ்ரீ ஹிருத்கமலானந்த சுவாமிகள் மக்களின் இதயங்களால் ஆஞ்சநேயர் கோயிலைக் கட்ட ஏற்பாடு செய்கிறார். எல்லா சாதி மக்களின் இதயங்களும் இந்த வேலைக்காக எடுத்து வரப்படுகின்றன. புவனகிரியின் குட்டதப்பா என்ற பணக்காரரைச் சுவாமிகளே கொன்று அவனுடைய பரந்த உடலில் இரவெல்லாம் இதயத்தைத் தேடினாலும் அது கிடைப்பதில்லை. கோபுரக் கலசத்திற்கு முனியனின் தோட்டி இதயம் பயன்படுகிறது. பிறகு கோயில் இடிந்து விழுந்து இதயங்களெல்லாம் அவரவர் வீடுகளைச் சென்றடைகின்றன. முனியனின் இதயம் அவன் வீட்டை அடைந்ததும் பசியால் வாடியிருக்கும் அவனுடைய மகன் 'அம்மா அந்த இறைச்சியை எனக்குக் கொடு' என்று வேண்டுகிறான். இந்தக் கதைக்குப் பின்னால் இருக்கும் சமுதாய அக்கறையை விளக்கிச் சொல்லத் தேவையில்லை.

'இதிகாசம்' கதையில் குரப்பனின் அடக்குமுறை, இன்றைய அரசியல் – சமுதாயச் சூழ்நிலைக்குப் பிடித்த கண்ணாடி. இவற்றிற்குப் பிறகு கதைகள் மிகவும் 'நவீன'மானாலும், அதாவது மனிதனின் தனிமை, அன்னியத்தனம், இயலாமை போன்றவற்றைப் பற்றிய இலக்கை மையப்படுத்தினாலும், சமுதாய அக்கறையே அதைச் சுற்றிச் சுழல்கிறது. எடுத்துக்காட்டாக: 'வன்மம்' கதையில் போலியோ நோயினால் பாதிக்கப்பட்டு முடமான அலமேலுவிற்கு விசிஷ்டாத்வைதத்தை விவாதிக்கும் அவளுடைய கல்வியறிவு மிகுந்த பெற்றோரிடமிருந்து பரிவும் அன்பும் கிடைப்பதில்லை; அவள் தற்செயலாகக் குடிசைப் பகுதிக்குச் செல்லும் ஒருவழியில் கத்திக்குத்துக்கு ஆளாகிச் சாகும்போது சேரிவாசியான பழனிச்சாமியின் கண்களில், தோள்களில் கருணை, இரக்கங்களை அனுபவிக்கிறாள் . . .

இதுபோல ஒவ்வொரு கதையிலும் சுரண்டுபவர்கள் இருக்கிறார்கள், சுரண்டப்படுபவர்களும் இருக்கிறார்கள், இதயமில்லாதவர்களும் இருக்கிறார்கள், இதயமுள்ளவர்களும் இருக்கிறார்கள். ஆனால் எல்லாரும் ஓர் எல்லை கடந்த தீமையான அமைப்பின் கையில் கையறுநிலையில் பொம்மைகளாக இருக்கிறார்கள். வாழ்க்கையின் அடிப்படை வரையறைகளைப்

பற்றியும் அபத்தமான, தீமையைப்பற்றியுமான கூரிய அறிவு திவாகரின் எல்லாக் கதைகளிலும் இருக்கிறது. அதே அளவுக்கு இவருடைய எல்லாக் கதைகளின் கட்டமைப்பிலும் பாத்திரங்களின் உருவாக்கத்திலும் கதைகூறும் வழிமுறையிலும் ஒருவகையான முரண்நகை இயல்பான முறையில் படிந்திருக்கிறது.

'முரண்நகை' வழிமுறை நவீன இலக்கியத்தின் மையமான பண்பு. அனுபவத்தின் தெளிவின்மையையும் சிக்கல்களையும் ஆய்வு செய்யும் வேலையை முரண்நகை முறைக்கு இணையாக வேறெந்த வழிமுறையிலும் மேற்கொள்ளமுடியாது. கோபமும் பசியும் ஆழ்ந்த உணர்வுகளைக்கொண்ட அனுபவத்தை உடனே எளிமையாக்கிவிடுகின்றன. முரண்நகை வழிமுறையில் உள்ள புறநிலைப் பார்வையும் தாராள மனப்பான்மைப்போக்கும் வெளிப்படையான அம்சமும் வேறெவ்விதமான வழிமுறைகளிலும் அமைந்திருப்பதில்லை. அதனால் 'முரண்நகை' இந்த நூற்றாண்டின் பன்னாட்டு இலக்கியத்தின் மைய இயல்பாக இருக்கிறதென்றால் அதிசயமல்ல... திவாகர் இந்த முரண்நகை வழிமுறையைப் பயன்படுத்துவதில் போதுமான அளவிற்குத் திறமையைப் பெற்றிருக்கிறார். 'வன்மம்' சிறுகதையில் அப்பா – அம்மாவின் அகிம்சைவழியிலான வன்மத்தைக் குடிசைப் பகுதியிலிருக்கும் இம்சையான வன்மத்துக்கு அருகே வைத்து, வீட்டிலிருக்கும் இதயமற்ற தன்மைக்கு எதிராக சேரியில் இதயம் நிறைந்த தன்மையை நினைக்கவைத்து அந்தச் சட்டகத்தின் நடுவில் அலமேலுவின் மனப்பசிகளை விவரிக்கும் பகுதியில் முரண்நகை வழிமுறையை திவாகர் உள்நோக்கத்துடனேயே பயன்படுத்தி எழுதியிருக்கிறார். கதை முடிவுறும் தருணமும் மிகவும் முரண்நகை பொருந்தியதாகவே இருக்கிறது; அலமேலுவுக்குப் பரிவைக் காட்டியவனே போலீஸ் பார்வையில் அவளைக் கொன்ற குற்றவாளியாகிறான்.

'அனாதைகள்' கதையில் முதிய வயதில் நகரத்து வாழ்க்கையை வாழப்போன முதிய தம்பதிகளுக்கு அந்நிய எண்ணம் மேலும் தனிமையை மட்டுமே ஏற்படுத்துகிறது. இந்தக் கதையில் வரும் எல்லா பாத்திரங்களும் நகர வாழ்க்கையின் அந்நியத் தன்மைக்குப் பலியானவர்கள் – மிகவும் கர்வத்துடன் இருக்கும் தடித்த பெண்மணியும் கூட. 'மிருத்யுஞ்சயன்' கதையில் சவத்தைவெட்டி ஆய்வுசெய்யவேண்டிய கதாநாயகன் அந்த 'சவ'த்தின் நண்பனாகிறான். 'இதிகாசம்' சிறுகதையில் துர்கத்துப் பாளையக்காரர்களின் வரலாற்றைக் கதையாக எழுதும் சதானந்தன் இன்றைய 'பாளையக்காரர்' ஆன குரப்பாவின் கைதியாகிறான். இப்படி ஒவ்வொரு கதையிலும் கரு – உருவாக்கங்களில் முரண்நகை பாதித்திருப்பதைப் பார்க்கலாம்.

திவாகரின் சிறப்பு, அவருடைய சிறுகதைகளில் காணப்படும் முரண்நகை வழிமுறை அவருடைய அக்கதைகளின் காவியத் தன்மையிலேயே இருக்கிறது என்பது என் தனிப்பட்ட எண்ணம். ‘நிலை’ கதையைப் படிக்கும்போது என் எண்ணத்தின் பொது நம்பிக்கை எல்லாருக்கும் ஏற்படும். கதையின் உருவாக்கம், அதிலிருக்கும் உருவகங்களின் அமைப்பு, கதைப் பாணி – எல்லாவற்றிலும் இந்தக் காவியத் தன்மை தெரிகிறது. அப்போதுதான் திருமணமாகி வந்த ஜெயாவின் அந்நியத் தன்மை, பயம், சுற்றுச்சூழலைப் பற்றிய ‘பைத்தியம்’, கூவம் ஆற்றின் குப்பை, குடிசைகள், பைத்தியக்காரக் கிழவி, பைத்தியக்கார வள்ளியம்மை, பாதிப் பைத்தியமான மோகனனின் தம்பி மகன், ஜெயா – பூனைகளின் உறவு, ஜெயாவின்பை த்தியம், முடிவில் மோகனனின் பாலியல் பைத்தியம் – இவையெல்லாவற்றிற்கும் பின்னணியில் அண்ணாமலையின் மத்தளம் என கதையாக்கம் காவியமயமாகவே இருக்கின்றது. பல பைத்திய உருவகங்களுக்கு நடுவில் பூனை வருவது மிகவும் கலையுணர்வுடன் இருக்கிறது. வியப்பு என்னவென்றால் உருவகங்களுக்கும் குறியீடுகளுக்கும் நடுவில் திவாகரின் கதையாக்க ஆளுமை வாழ்க்கையின் பல விவரங்களைப் புறக்கணிக்கவுமில்லை, மறக்கவுமில்லை;

“எலும்பைக் கடித்துக்கொண்டிருந்த நாய் ஒன்று இந்தக் குப்பையிலேயே தியானித்து எழுந்து உடம்பைக் குலுக்கினால் போதும், ‘குய்’ என்றும் ஈக்கள் எழும் . . .”

“மதில்களைச் சுற்றிச் சமமாக வெட்டிவிடும் செம்பருத்திப் புதரை வளரவிட்டால் வீதிக்கு மறைவாக இருக்கலாம். தோட்டக்காரனிடம் வெட்ட வேண்டாம் என்றாள். செம்பருத்தி வளர்ந்து மதில் சுவருக்கு வெளியே வீதிமாடுகளைக் கைநீட்டி அழைத்தது. தினமும் ஒடிசலான மாடுகள் செம்பருத்திக் கிளைகளில் வாய்வைப்பதைப் பார்த்து ஜெயா துயரமுறுவாள் . . .”

இந்த விவரங்களுடன் காவியமும் இருக்கும் –

“மதராசின் சூரியனுக்குத் தோல், மாமிசமென்றால் வெறும் புல் மட்டும்தான் . . .”

“இப்போது நீண்ட மௌனமே அவளுடைய அந்தரங்கத்துக்குப் பாதுகாப்பாக இருந்தது.”

“சின்னக் குழந்தையின் கையை விடுவிப்பதைப்போல ஜெயாவின் கையை விடுவித்தான். அவளுடைய சொரசொரப்பான உடம்பு அவன் வருடலால் மிருதுவானது.”

அனுபவங்களின் முழு விவரங்களோடு காதலுடன் காவியத் தன்மையின் குணமும் இருப்பது பெரிய அழகு. இந்த அழகை

வெளிப்படுத்தும் எந்த எழுத்தாளனுக்கும் ஒளிமயமான எதிர்காலம் உண்டு. திவாகரின் கற்பனைக் கதைகள் அவருடைய காவியத் தன்மையின் பலன்களாக இருந்தாலும் அவை உயிருடன் இருப்பது அனுபவத்தை அவர் வடித்தெடுக்கும் இயல்பின் அடிப்படையில்.

இனி இரண்டாம் பாகத்தில் இருக்கும் பேண்டஸி கதைகளை ஓரிரு வார்த்தைகள் சொல்லவேண்டும். பேண்டஸியின் முக்கியப் பயன் என்னவென்றால் வாழ்க்கையை அதன் வரலாற்றுச் செயல்முறைகளிலிருந்து பிரித்து அதன் அடிப்படைப் பலன்களையும் இயல்புகளையும் தேடுதல். எடுத்துக்காட்டாக: 'காலநேமியும் கண்களும்' என்ற கதையில் ஏதாவது ஒரு தீய சக்தி நம் முழுப் பண்பாட்டையே விழுங்கிவிடும் சாத்தியக்கூறு களைச் சிந்திக்கிறது. மார்க்ஸ் சொன்ன சமுதாய – வரலாற்று செயல்முறைகளை மீறிய ஒரு நிகழ்வு நடந்தால் என்னவாகும்? நமது நாகரிகச் செயல்முறையை மாற்றும், அதைச் சிதைக்கும் ஒரு சங்கதி எதிர்பாராமல் நடந்துவிட்டால் எப்படியிருக்கும்? இந்தச் சாத்தியக்கூறு நம்மையை மீறி வளரும் அறிவியல் வளர்ச்சியால் உருவாகிறது என்ற குறிப்பு இந்தக் கதையில் இருக்கிறது. இந்தப் பகுதியில் மிகவும் தாக்கம் ஏற்படுத்தும் கதையென்றால் ஸ்லாவோமிர் மிரோசெக் கதையின் தாக்கத்தால் உருவான 'வழியில்' என்ற கதை. வரிசையாக நின்ற சீருடை அணிந்தவர்களின் 'வயர்லெஸ் டெலக்ரபி'யின் வழியாக, 'அப்பா இயற்கை எய்தினார். அடக்கம் புதன்கிழமை' என்னும் செய்தி வந்தடைகிறது. இந்த அடையாளக் கதை உருவாக்கும் அர்த்தங்கள் பல. திவாகரின் பேண்டஸி கதைகளுக்குப் பின்னால் அடிப்படையான மனித அக்கறைகளே படிந்திருக்கின்றன; மனிதன் மனிதத்தையே அழிக்கும் இராட்சச சக்திகளைத் தெளிவாக அடையாளம் கண்டு அவற்றை வெளிக்காட்டும் வேலையை திவாகரின் இந்த அடையாளக் கதைகள் கலை உணர்வுடன், அதுபோன்ற தாக்கத்தையும் ஏற்படுத்தச் செய்கின்றன.

திவாகரின் கதைகளில் நான் பாராட்டக் கூடிய முக்கிய அம்சங்கள்

1. அவர் அக்கறை முக்கியமாக தனிமனித மையமாக இருந்தாலும் அவற்றுக்குப் பின்னாலுள்ள சமுதாய, சுற்றுச்சூழல், அதில் நடமாடும் சக்திகளைப் பற்றிய தீவிரமான புரிதலையும் கொண்டிருக்கிறது.

2. அனுபவத்துக்கு உருவமளிப்பதில் அவருக்கு உண்மையாகவே விருப்பம் இருக்கிறது. விருப்பத்திற்கு ஏற்ற கற்பனை வளமும் இருக்கிறது.

3. அனுபவத்திற்கு வெவ்வேறு வடிவங்களைக் கொடுக்கும் காவியத் தன்மை இவருடைய மிக முக்கியமான சிறப்பு என்று சொல்லலாம்.

4. நவீனத்தின் பின்னால் இருக்கும் இருத்தலியல், மனிதாபிமானப் பார்வையில் மேலும் பொருள்நிரப்பி வேலைசெய்யும் வாய்ப்புகள் இருக்கின்றனவென்று அவர் கதைகள் தெளிவாகச் தெரிவிக்கின்றன.

நவீனத்தின் சூட்சுமம், முரண்நகை, நேர்மை, சிக்கல்களை யெல்லாம் இழந்து, வெறுமனே உள்ளீடற்ற ஒரு தத்துவத்திற்கு அடிமைப்பட்டு இலக்கியம் எளிமையாகிப் பிரச்சாரமாகிக்கொண்டு போனால், அது எவ்விதமான பொருளுமற்றதாகப் போகலாம் என்ற அச்சம் தற்போதைய இலக்கிய வட்டாரங்களில் காணப்படுகிறது. இந்தத் தருணத்தில் இலக்கியம் படைக்கத் தகுதியான ஆரோக்கியமான இயல்புகளைக் கொண்ட திவாகரின் இந்தக் கதைத்தொகுப்பிற்குச் சிறப்பான மகத்துவம் இருப்பதால் இது மிகவும் வரவேற்கத் தகுந்தது.

சாந்திநாத தேசாய்

பாகம் ஒன்று

Son of man you cannot say, or guess for you know only
A heap of broken images, where the sun beats.......

T.S. Eliot

பாகம் ஒன்று

வன்மம்

புரொஃபசர் திருச்செந்தூர் ஸ்ரீனிவாச ராகவாச்சாரியார் மற்றும் அவருடைய தர்ம பத்தினி கல்யாணம்மாவின் ஒரே மகளான அலமேலு முந்தையநாள் இறந்துவிட்டாள். உடலின் சருமத்துக்குள் நுழைந்து எலும்பைத்துளைக்கும் கடும் வெயில்; கோடம்பாக்கம் ஸ்டேஷனுக்கு அருகில் வெந்து, கரைந்து ஆவியாகும் தார்ச் சாலையின் மீது விழுந்து கிடக்கும் அலமேலு.

எதிர்பாராமல் வீசப்பட்ட ஒரு கத்தியொன்று அலமேலுவின் முதுகில் பாய்ந்துவிட்டது. தள்ளு வண்டியில் உப்பு விற்கும் பழனிச்சாமி அவளைத் தன் வெற்று மார்பில் தாங்கிக்கொண்டிருந்தான். கூட்டமாகக் கூடிய மக்கள் ஆம்புலன்சிற்காக காத்திருந்தார்கள்.

அலமேலு அகலமாகக் கண் திறந்தபோதெல்லாம் தெரிந்தது விசாலமான நீலம். தன்னைச் சுற்றி வட்டமாக நின்ற கறுப்புத் தலைகள் மேல் வந்து கவிழ்ந்துவிடுமோ என்பதைப்போன்ற நீலம். நாயின் குரைப்புடன் இரயிலின் சத்தம். அபிபுல்லா தெருவில் தன் வீட்டுத் தோட்டத்துப் பூமணம் அழைக்கிறதோ என்று மூக்கை விரித்தாள். சுற்றியும் தலைக்கொன்றாகப் பேசிக்கொண்டிருக்க பேச்சுகள் எதுவும் புரியவில்லை. ஓடும் இரயிலுடன் தட தடவென்று சத்தம் போட்டுக்கொண்டு காலமும் நகர்வது போன்ற பிரமை. திடீரென்று தன்னை மார்போடு தாங்கியவனின் வாயிலிருந்து வெளியேறிய புளிப்பு வாசம் அருவருப்பாகப் படவில்லை.

இதிகாசம் 21

அலமேலுவுக்கு முப்பத்தியாறு வயதானாலும் அவள் ஒரு பெண்ணாக வளரவே இல்லை. புரொஃபசர் திருச்செந்தூர் ஸ்ரீனிவாச ராகவாச்சாரியாருக்கு பதினெட்டு வயதிலேயே திருமணம் ஆனது உண்மை. வடகலை சம்பிரதாயத்தில் மிகவும் பற்று வைத்திருந்த கல்யாணம்மாள் அவருடைய அன்பான மனைவியானதும் உண்மை. ஆனால் அலமேலு பிறக்க புரொஃபசருக்கு நாற்பது வயதாகவேண்டி இருந்தது. தங்கள் வம்சத்தை தழைக்கவைப்பதற்காகக் காத்திருந்த அவருக்கு பிறந்தவுடன் போலியோ நோய்க்கு ஆளாகி முடமான அலமேலு அழகான குழந்தையாகவும் ஆகவில்லை, மனம் கவரும் பெண்ணாகவும் வளரவில்லை.

அபிபுல்லா தெருவில் 'ஆண்டாள் இல்லம்' இல் அலமேலு தனது வாழ்க்கையின் பெரும் பகுதியைக் கழித்தாள். மற்றும் அங்கேயே தான் இறந்துவிடுவோமென்றும் நினைத்தாள். பழைய காலத்து மாளிகை பங்களா, கேட்டைத் தாண்டிப் போனால் இரண்டு பக்கமும் வளர்ந்த பூச்செடிகள், வீட்டுக்கு முன்னால் நீட்டிக்கொண்டு இரண்டு தூண்களுக்கு மேல் நின்றிருந்த மாடம். முன் பகுதியின் விசாலமான முகப்பு சன்னலைத் திறந்தாலும் மங்கலாகவே இருக்கும். இரண்டு பக்கங்களிலும் எழுந்த மாடி வீடுகள் அந்த வீட்டிற்குள் வெளிச்சம் நுழையாமல் பார்த்துக்கொண்டன. வீட்டின் நடுப் பகுதிக்கு அழைத்துச் செல்லும் கதவின் இடது மூலையில் ஒரு நிலைக் கண்ணாடி. இடது பக்கம் இரண்டு பிரம்பு நாற்காலிகள். வலது மூலையில் ஒரு மேசை. ஒரு சுவரின் மீது வரிசையாக பாட்டன் முப்பாட்டன் காலத்துப் படங்கள். எங்கேயாவது போய்வந்த பிறகு அலமேலு மேசை மீது தன் பொருட்களை வைத்துவிட்டு அம்மாவுடன் பேசுவதற்கு சமையலறைப் பக்கம் போவது வழக்கம். அவள் ஆடை அணிகலன்களிலிருந்து நூலகத்திலிருந்து அவள் எடுத்து வரும் புத்தகங்கள்வரை வெளி உலகத்திற்கு சம்பந்தப்பட்ட எல்லா விஷயங்களையும் புரொஃபசரும் மற்றும் அவர் மனைவியும் கண்காணிப்பார்கள்.

மாலை நேரங்களில் இதே முகப்பில் புரொஃபசர் திருச்செந்தூர் ஸ்ரீனிவாச ராகவாச்சாரியாரும் அவர் மனைவியும் பிரம்பு நாற்காலியில் உட்கார்ந்துகொண்டு விசிஷ்டாத்துவைதத்தைப் பற்றி விவாதிப்பதுண்டு. வேட்டி கட்டி, அரைக் கை சட்டை அணிந்த புரொஃபசர் கெட்ட வாடை வீசும் பழங்காலத்துப் புத்தகம் ஒன்றை திறந்து முதலில் ஓரக்கண்ணாலும், பிறகு முழுமையாகவும் தன் மனைவியைப் பார்த்து இறுக்கமான உதடுகளுக்கு இடையே முன்னால் நீட்டிக்கொண்டிருக்கும் இரண்டே இரண்டு பற்களைக் காட்டிப் புன்னகைப்பார்.

கல்யாணம்மாவின் தொங்கும் முகவாய் மலர அவருடைய இடது கை மூக்கின் நுனியைப் பிடிக்கும்.

"பார், கல்யாணு, திருக்கோயிலூரில் பொய்கை ஆழ்வார் படுத்த திண்ணை அவருக்கு மட்டுமே போதுமானதாக இருந்தது. பூதத்தாழ்வார் வந்தபோது அவர் எழுந்து உட்கார வேண்டியதாயிற்று. இருவரும் உட்கார்ந்திருக்கும் சமயத்தில் பேயாழ்வார் வரவேண்டுமா? மூன்று பேரும் உட்கார முடியாமல் எழுந்து நிற்கவேண்டியதானது. ஆனாலும் நான்காமவன் ஒருவன் அங்கிருப்பதாக மூவருக்கும் ஞானோதயமானதாம்."

"மகான்கள்! மகான்கள்!" என்ற கல்யாணம்மாள் மூக்கு நுனியை அழுத்தித் தேய்த்து உதடே இல்லாத மூடிய வாயை விரித்து கண்களை பாதி மூடி "பூதத்தாழ்வாரின் திருவந்தாதி பாசுரங்கள் எவ்வளவு அழகு! பக்திதான் விளக்கு, ஆசையே நெய், ஆனந்தத்தால் கரையும் அறிவே திரி. இப்படி என் ஆத்மாவிலிருந்து நாராயணனுக்கு ஞானஜோதியை ஏற்றினேன் என்கிறாரே!" என்று மிகவும் வியப்படைந்தார்.

இதுபோன்ற நேரங்களில் அலமேலு அவர் கண்ணுக்குத் தென்பட்டால், உடனே புரொஃபசர் கோபமாக "எத்தனை தடவை சொல்றது உனக்கு, முந்தானையைப் போர்த்திக்கோன்னு. மானமில்லை, மரியாதை இல்லை" என்று புருவத்தைச் சுளிப்பார். மதராஸ் பல்கலைக் கழகத்தில் வெகு காலமாக தத்துவ சாஸ்திரம் போதித்து ஓய்வு பெற்ற புரொஃபசர் ஸ்ரீனிவாச ராகவாச்சாரியாருக்கு தற்போது விசிஷ்டாத்வைதம் மனநிறைவைக் கொடுத்தது. ஒரு காலத்தில் ஷோபன்ஹாவரின் சங்கல்ப சித்தாந்தத்திற்கு மயங்கிய அவர் தற்போது பகவான் ராமானுஜரின் கர்ம யோகத்திற்கு முன்னால் மற்ற எல்லாத் தத்துவங்களையும் சுற்றிப்போடவேண்டும் என்பார். தன்னுடைய அப்பா, தாத்தாவின் தர்ம நிஷ்டையின் தூய வாழ்க்கையை நினைவுகூர்ந்து புல்லரித்துப்போவார். அவருக்கு அலமேலு அந்நியளாகத் தெரிந்திருந்தால் வியப்பில்லை. அப்பா, அம்மாவாவது தன் மீது அன்பு செலுத்தக் கூடாதா என்ற ஏக்கம் அலமேலுவுக்கு. வீட்டில் அவளுக்கு எந்த சுதந்திரமும் கிடையாது. அப்பா, அம்மா விரும்பிப் புகழும் குணங்களுக்கு எதிராக இருந்த அவள் தன் அறையின் சன்னலைக்கூட திறக்க முடியாது.

அலமேலுவுக்கு இருபது நிறைந்த பின் ஒருநாள் வீட்டைக் கடந்து போன இரண்டு போக்கிரிகள் அவளைக் கிண்டலாக 'கிழவி' என்றார்கள். முப்பது நிறைவடையும்போது அவள் கிழவியாகவே ஆனாள்.

நீண்ட முகம் கொண்ட அலமேலு வெளிறிப்போயிருந்தாள். சிறிய கண்களுக்குக் கீழே தோல் கருப்பாக இருந்தது. நீளமாகவே இருந்த மூக்கு நுனி சப்பையாக இருந்தது. மெல்லியதாக வளர்ந்திருந்த கருங்கூந்தல் கழுத்திலிருந்து கீழே இறங்கவில்லை. வலது கன்னத்தில் போலியோ வந்தபோது சூடு வைத்த தழும்பு இருந்தது. நடக்கும்போது சின்னதாக குச்சியைப்போல இருந்த வலது காலை ஊன்றி இடது காலை எடுத்து வைப்பாள்.

ஒரு காலத்தில் இந்த அலமேலுவும் காதல் வலையில் சிக்கிக்கொண்டவள் என்று அபிபுல்லாத தெருவிற்காகட்டும், புரொஃபசர் தம்பதிகளுக்காகட்டும் தெரியாது. குறுகிய காலக் காதல் அவ்வளவுதான். தன்னைக் காதலித்தவன் இறந்துவிட்டானோ என்று அவ்வப்போது அலமேலுவுக்குத் தோன்றும். ஒரே ஒருமுறை தன் அம்மாவின் தாய்வீடான காஞ்சிபுரத்துக்குப் போனபோது நடந்த நிகழ்ச்சி. கோயிலுக்கு அருகிலேயே இருந்த தன் சித்தியின் திருமண விழா. முன்பின் தெரியாத உறவினர்கள். தன் வயதை ஒத்தவர்களுடன் கொண்டாட்டமாக விரும்பிய இடத்தில் அங்கே சுற்றித் திரிய வாய்ப்புக் கிடைத்த நேரம். அவன் பெயர் என்ன ? ராமானுஜனா ? கோயில் படியை என் கையைப் பிடித்துக்கொண்டே கடக்க வைத்தானே! அழகான இளம் பெண்கள் தன்னை இகழ்வாகப் பார்த்து பக்கம் நெருங்க தயக்கம் காட்டியபோது அவன் கண்களால் அன்பைச் சொரிந்து அருகில் நடந்தான். அதுமட்டுமல்ல, திருமணம் முடிந்த மறுநாள் நாங்கள் பதினைந்து பேர் ‘நெஞ்சில் ஓர் ஆலயம்’ சினிமா பார்க்கப் போனபோது ராமானுஜன் தன் அருகிலேயே அமர்ந்திருந்தான். தியேட்டர் இருளில் அவன் கை என் உடம்புடன் பேசியது.

இளமையின் இயல்பான வெட்கத்தில், வேண்டாம் என்று பாசாங்குடன் அலமேலுவும் காதலித்திருந்தாள் – இரகசியமாக. காஞ்சிபுரத்திலிருந்து வந்த பிறகு பல மாதங்கள் அந்தப் பையன் கண்ணுக்குத் தென்படாமலேயே வதைத்தான். இப்போது அவன் உயிருடன் இருக்கிறானோ இல்லையோ யாருக்குத் தெரியும்! அலமேலு மட்டும் கடைவீதியிலிருந்து சின்னச் சின்னப் பொருட்களையும், காய்கறிகளையும் வாங்கிக்கொண்டு வருவதில் வீட்டில் அம்மாவுக்கு உதவியாக இருந்தாள்.

இப்போது தன் முப்பத்தாறாவது வயதில் அழகாகட்டும், இரக்கத்தைப் பிறப்பிக்கும் எழிலாகட்டும் எதுவுமே இல்லாத அலமேலு இறந்துகொண்டிருந்தாள். தெருவோரத்தில் சரிந்து விழுந்த வேகத்திற்கு கையில் இருந்த பிளாஸ்டிக் கூடை வெகு தூரம் பறந்தது. விலகிய சேலை ஒவ்வொரு திசையில்

நீட்டிக்கொண்டிருந்த குச்சிக் கால்களை நீளமாக முழங்கால்வரை ஒரே அளவில் காட்டின. பழனிச்சாமி அவளை நேராக உட்கார வைத்து தன் மார்போடு அணைத்துக்கொண்டு கால் பக்கம் விலகிய சேலையை சரி செய்தான்.

கத்திக் குத்து நிகழ்ந்ததைக் கேட்டவுடன் பழனிச்சாமி ஓடிவந்தான். இடுப்பில் ஒரு கட்டம் போட்ட லுங்கியைச் சுற்றிக் கொண்டிருந்தவன் படுத்துக் கொண்டிருந்தானோ என்னவோ, வாட்டசாட்டமான ஆள்தான். கரியைப்போலக் கறுத்த உடல். மார்பில் அடர்த்தியாக வளர்ந்திருந்த முடி. முகம் மிகவும் உப்பிக்கொண்டு வெளியே குதித்துவிடுவது போலிருந்த அவன் கண்களில் அலமேலு சாம்பல் நிறக் கறைகளைப் பார்த்தாள். 'இவன் ஒரு குடிசைவாசி. ஆனாலும் எனக்கு எவ்வளவு இதமாக இருக்கிறது' என்று நினைத்துக்கொண்டாள். படிப்படியாக அவள் முகம் சோர்வை இழந்து தெம்படைந்தது. ஆழ்ந்து வெளிப்பட்ட அவன் மூச்சு தன் சுவாசத்தை நிறைப்பதுபோல இருந்தது.

"தண்ணி ..." என்று அலமேலு விக்கினாள்.

"தண்ணி, தண்ணி கொண்டாங்க" என்று சுற்றி நின்றவர்களிடம் கத்திச் சொன்னான் பழனிச்சாமி. மற்றவர் யாரோ "தண்ணி வேண்டாம் சோடா வாங்கியாங்க" என்றார்.

அலமேலுவுக்கு விசித்திரமான சுகம் என்று தோன்றியது. அப்பா அம்மாவிடம் இருந்து நான் எதிர்பார்த்த அன்பான பார்வையை இந்தக் கருப்பன் வீசுகிறானே! இவனுக்கும் எனக்கும் எவ்வளவு இடைவெளி இருக்கிறது! நான் கருப்பாகப் பிறந்திருந்து இவன் மகளாக இருந்தால் என் மீது எவ்வளவு அன்பு செலுத்தி இருப்பானோ அல்லது இவனே வெள்ளையாகப் பிறந்திருந்து என் அப்பாவாக இருந்தால் என்னிடம் மென்மையாகப் பேசி பாசத்துடன் பார்த்திருப்பானோ. இந்த யோசனை வந்தபோது அலமேலு சின்னதாகச் சிரித்தாள். வலது பக்கம் வாயை இழுத்துச் சிரித்த அந்தச் சிரிப்பு குடிசைவாசிகளுக்கு வலியாகத் தெரிந்தது. தன்னை மார்போடு சாய்த்துக் கொண்டிருந்தவனின் கண்ணில் பொங்கிய கருணையை வேறு யாரிடமும் அவள் கண்டதாகத் தெரியவில்லை.

கடந்த மூன்று ஆண்டுகளாக அலமேலு பொருட்களை வாங்குவதற்காக காலையிலும் மாலையிலும் பாண்டி பஜாரின் இதே தெருவில் போவதுண்டு. அபிபுல்லா தெருவில் இருந்து மாசிலாமணிமுதலித் தெருவில் திரும்பி நேராகவே பாண்டிபஜாருக்குப் போய்விடலாம். ஆனால் மாசிலாமணி

தெருவைத் திரும்பாமல் கோடம்பாக்கம் இரயில் நிலையத்திற்குப் போய், இரயில் தண்டவாளத்தருகில் வரிசைக் குடிசைகள் வழியாக சுற்றிக்கொண்டு போவாள். இதற்குக் காரணம் இவ்வளவுதான். ஒருமுறை நொண்டிக்கொண்டு நடக்கும்போது எதிர்பாராமல் அறிமுகமில்லாத ஒருவன் அவள் தோளை உரசிக்கொண்டு போயிருந்தான். மிகவும் பயந்து கால் நடுங்கினாலும், அவன் சொன்ன ஒரு வார்த்தை அலமேலுவின் வெளிறிய கன்னத்தையும் சிவப்பாக்கியிருந்தது. அவள் வாழ்க்கையில் இதுபோல நடக்கும் சின்ன சின்ன சாகசங்களையும் மறக்கவே முடியாது. அலமேலு அன்று பாண்டி பஜாருக்குப் போகவேண்டும் என்று நேராக கோடம்பாக்கம் இரயில் நிலையத்தின் பக்கம் நடக்கத் தொடங்கினாள். அவசரத்தில் காலை இழுத்துக்கொண்டு நடந்த அவளுக்கு சதுக்க மூலையொன்றில் பாம்பாட்டி ஒருவனைச் சுற்றி மக்கள் கூட்டமாக நின்றிருப்பதைப் பார்க்க ஆச்சரியமாக இருந்தது. தெருவின் நாலா பக்கங்களில் இருந்தும் ஏதோ என்னவோ என்று அவசரமாக ஓடிவரும் மக்களைப் பார்த்து வியப்படைந்தாள். மக்கள் கூட்டத்தைத் தாண்டினாலும் அந்தப் பக்கமாகவே ஒரு பார்வை பார்த்துக்கொண்டு நடந்தவளின் தோள்களை திடீர் என்று யாரோ உரசிக்கொண்டு போனது போலிருந்தது. கிழிந்த நிக்கர் போட்டிருந்த மாறுகண் குள்ளன். தோள்மீது ஒரு துண்டு இருந்தது. கலைந்த தலையில் இருந்து இறங்கிய வியர்வை கன்னத்தின் மீது கோடுகளாக வழிந்தது. மார்பின் மீது முடி மின்னியது. கீழ் உதட்டில் ஒரு புண் உடையும் நிலையில் இருந்தது. அலமேலு திரும்பிப் பார்த்தபோது அவன் இடது பக்கம் விழுந்துவிடுபவனைப்போல நடித்து, தன் பக்கம் கண்ணை அகலமாக விரித்து "என்ன அய்யர் குட்டி ?" என்றான். இடது கையில் இருந்த பர்சை நெஞ்சோடு அணைத்துக்கொண்ட அலமேலுவுக்கு அவன் கிசுகிசு என்று சிரித்து கண் சிமிட்டியதுபோல இருந்தது. அந்த நேரம் அவள் புருவத்தைச் சுளித்தது உண்மை. ஆனால் மறுவினாடி "என்ன அய்யர் குட்டி?' என்ற பேச்சில் மென்மை இருந்தது போலவும், காதல் இருந்தது போலவும் தோன்றியது. வேக வேகமாக அடியெடுத்து வைத்தாள். இடது பக்கத்தில் இருந்த கறிக்கடையின் திசையில் ஒருநாளும் ஏறெடுத்துப் பார்க்காதவள் இன்று அங்கே தொங்கப் போட்டிருந்த ஆட்டு விலா எலும்புகளையே கண்ணிமைக்காமல் பார்த்தாள். அங்கே இருப்பவர்களில் சிலர் தன் பக்கம் திரும்பியதைப்போல இருந்தது. முகம் சிவந்து, மணப்பெண் போல வெட்கப்பட்டாள்.

பகவான் ராமானுஜாச்சாரியார் இயற்றிய தன்னுணர்வின் விதிகளான யதமான சமிக்ஞை, விரதிரேகா சமிக்ஞை, ஏகேந்திரிய சமிக்ஞை மற்றும் வசீகார சமிக்ஞைகளைப்பற்றி கல்யாணம்மாவுக்கு

விவரமாக போதித்துக்கொண்டிருந்த புரொஃபசர் திருச்செந்தூர் ஸ்ரீனிவாச ராகவாச்சாரியாருக்கு மாறுபட்ட சத்தத்துடன் சிரித்த முகமாக உள்ளே அடி எடுத்து வைத்த அலமேலுவைப் பார்த்து குழப்பம் ஏற்பட்டது. "என்னடி சிரிச்சுண்டு வர்ரே? என்னாச்சு நோக்கு, இப்படிச் சிரிக்க! அசடு!" என்று மிரட்டியவர், அலமேலு உள்ளே நுழைந்து மறைந்தபிறகு, ஆண்டவனைத் திருமணம் செய்துகொள்ள முடிவுசெய்த ஆண்டாள், ஆண்டவனுக்காக பறித்த மலரைத் தானே சூடிக்கொண்டு, 'அந்த ஆண்டவனுக்கு நான் ஏற்றவளாக இருப்பேனா' என்று கண்ணாடியைப் பார்க்கும் இடத்தைத் தொடங்கினார்.

தன் அறைக்குப் போன அலமேலுவுக்கு சன்னலைத் திறக்கவேண்டும் என்று தோன்றியது. இரவு நேரம் கண்ணாடியைப் பார்ப்பது அமங்கலமல்லவா? சத்தமில்லாமல் சன்னலில் சாய்த்துவைத்திருந்த கண்ணாடியை எடுத்துக்கொண்டாள். 'என்ன அய்யர் குட்டி'. கண்ணாடியில் கண்டது ஒளிரும் கண்களின் நிறைந்த முகம். மூக்கு நுனி சப்பையாக இருக்க வில்லை. வலது கன்னத்தில் இருந்த தழும்பின் அடையாளமே இல்லை. அலையலையாக இறங்கிய தலைமுடி. மாலையில் தோளை உரசியவன் ராமானுஜனாகத்தான் இருக்கவேண்டும். இல்லை, இவன் வேறு. என்னைக் காதலிப்பவர்களும் இருக்கிறார்கள். நான் உண்மையாகவும் எவ்வளவு அழகாக இருக்கிறேன்! கண்ணாடியையே பார்த்துக்கொண்டிருந்த அலமேலுவுக்கு தெருக் கதவை சாத்திய சத்தம் கேட்டது. இவருடைய வேதாந்த விவாதம் இவ்வளவு விரைவாக முடிய வேண்டுமா என்று நினைத்தாள்.

சாப்பாட்டு அறையில் அப்பாவின் எதிரில் தட்டுக்கு முன்னால் வலது தொடையை நிலத்தில் ஊன்றி இடது தொடையை நிறுத்தி, இடதுகையால் அதை வளைத்துப் பிடித்து உட்கார அலமேலுவுக்கு மிகவும் சலிப்பாக இருந்தது. அப்பா எதிரில் இருந்தாலும் அவள் தெம்பிழக்கவில்லை. புரொஃபசர் ஸ்ரீனிவாச ராகவாச்சாரியார் அவள் முகத்தில் கண்ட இந்த புதுப் பொலிவைப் பார்த்து பொறுமை இழந்து மனைவியின் பக்கம் வெறுப்போடு திரும்பத் திரும்பப் பார்த்தார்.

சாப்பிட்டு முடிந்ததும் கல்யாணம்மாள் 'கல்கி' இதழை புரட்டிக்கொண்டு உட்கார்வதும், புரொஃபசர் இரண்டாம் முறையாக 'ஹிந்து' பத்திரிகை மேல் கண்ணைப் படரவிடுவதும் வழக்கம். எப்போதும் போல விசாலமாகக் கண்ட படுக்கையில் அலமேலு மல்லாந்து படுத்துக்கொண்டு பாம்பாட்டியையும் சுற்றி நிறைந்து நின்ற மக்களையும், தன் தோளை உரசி கண்

சிமிட்டியவனையும், கறிக்கடையில் தன்னை உற்றுப்பார்த்த முகங்களையும் கண்முன் கொண்டுவந்தாள். வழக்கம்போல இன்றும் ராமானுஜனுடன் கழித்த நாட்களை நினைத்துக் கொண்டாள். அவன் தோள்களில் புதைந்துபோனது போல, அவன் கை தன்னுடைய மென்மையான பகுதிகளை அழுத்தியதுபோல நினைத்தபடியே தூங்கிவிட்டாள்.

அன்றிலிருந்து அலமேலு பாண்டி பஜாருக்குப் போவதற்கு மாசிலாமணி தெருவில் இறங்காமல் கோடம்பாக்கம் இரயில் தண்டவாளத்திற்கு அழைத்துச்செல்லும் வழியையே தேர்ந்தெடுத்தாள். மக்கள் நெருக்கடி மிகுதியாக இருப்பதைப் பார்க்கும் போதெல்லாம் அவளுடைய மகிழ்ச்சியும் அதிகமாகும். இந்தத் தெருவுக்கு இருபுறங்களிலும் இருந்த நடைபாதைகளில் ஒன்றில் வரிசையாக குடிசைகள். மற்றொரு நடைப்பாதையில் மக்கள் கூட்டம். பேஸ்க்கெட்டைப் பிடித்துக்கொண்டு நொண்டி நடக்கும் அலமேலு யாரையாவது உரசினால் பார்ப்பவர்கள் அசிங்கமாக நினைக்கமாட்டார்கள் தானே! இந்தப் பகுதியில் சண்டை, அடிதடி, திருட்டு எல்லாம் மிகவும் சாதாரணமாக இருப்பவை என்ற போதும் அவள் பயப்படவில்லை. எதேச்சையாக உடம்பை உரசியபடி செல்லும் மனிதர்களிலும், வியப்பான கண்களுடன், சில சமயம் கிண்டல் செய்யும்வகையில் எழும் விசிலாலும் அவள் புல்லரித்துப்போவாள்.

தன் வாழ்க்கையின் முப்பத்தாறாவது வயதில் இருக்கும் அலமேலுவுக்கு இன்று இதே தெருவில் கத்திக் குத்து நிகழ்ந்தது. காலை பதினோருமணி. கறிக்கடையின் முன் பெரிய கூட்டம் கூடி இருந்தது. வெற்றுடம்புடன் ஒரு தடியன் பதினாறு - பதினெட்டு வயதுப் பையனை முடியைப் பிடித்து நிலத்தில் தள்ளி கண்மண் தெரியாமல் அடித்துக்கொண்டிருந்தான். பையனின் வாயிலிருந்து இரத்தம் கசிந்தது. உடுத்தி இருந்த சட்டை சுக்குநூறாகக் கிழிந்திருந்தது. சிறிது தொலைவில் சாணிக் கூடையுடன் உட்கார்ந்து வெற்றிலை பாக்கு மென்றுகொண்டிருந்த இரு பெண்கள் இந்தச் சண்டையைப் பார்த்துக்கொண்டிருந்தார்கள். மூக்கின் இரண்டு பக்கங்களிலும் மின்னிக்கொண்டிருந்த மூக்குத்தியோடு காணப்பட்ட ஒருத்தி நொடிக்கு நொடி பல்லைக் கடித்துக் கொண்டிருந்தாள். தடியன் அடிக்கும் ஒவ்வொரு அடிக்கும் அவள் மெல்ல தோளைக் குலுக்கினாள். மற்றொருத்தி இரண்டு கால்களையும் நீட்டிக்கொண்டு அக்குளைச் சொரிந்து கொண்டு தன்னுடைய உலகத்தில் இருந்தாள். இவர்கள் எல்லோரையும் பார்த்த அலமேலு நொண்டிக்கொண்டு வேகவேகமாக கூடியிருந்த மக்களை சுற்றி ஓரமாக பின்னால்

திரும்பிப் பார்க்காமல் நடக்கத் தொடங்கினாள். பத்து அடி நடந்திருக்கவேண்டும், அவ்வளவுதான், “தேவிடியாப் பயலே, உனக்கு இருக்கு பாரு” என்று கத்திக்கொண்டே தடியனிடமிருந்து விடுபட்டு அலமேலுவின் பக்கமாக ஓடி வந்தான் பையன். தடியன் ‘ஏய்’ என்று துரத்திக்கொண்டு வந்தான். கூட்டத்தில் ஒருவன் தடியனைப் பிடித்து நிறுத்த முயன்றான். பையன் சர்ரென்று அலமேலுவுக்கு முன்னால் வந்து இரண்டு கைகளாலும் அவள் தோள்களைப் பற்றி நிறுத்தி தடியனின் பக்கம் பார்த்து வாய்க்கு வந்தபடி திட்டினான். திடீர் என்று தன் தோள்களைப் பிடித்து உடம்போடு ஒட்டிக்கொண்டு நின்றவனைப் பார்த்து அலமேலுவின் முகம் மலர்ந்தது. மறுநொடியே அந்தப் பையனின் வாயிலிருந்து கசிந்த இரத்தத்தைப் பார்த்து நடுங்கினாள். இப்போது தடியனை இருவர் பிடித்து நிறுத்தினார்கள். அவன் கண்டபடி கத்திக்கொண்டு திடீரென்று ஒரு கத்தியை வெளியே எடுத்தான். உச்சி வெயிலில் கத்தி பளபளவென்று மின்னியது. பையன் அலமேலுவின் முன்னால் சாயவும் தடியன் எறிந்த கத்தி அலமேலுவின் முதுகில் பாய்வதற்கும் சரியாக இருந்தது. பையன் அவளை விட்டுவிட்டு முன்னால் ஓடினான். “யாரோ அடித்துவிட்டார்கள்” என்று மட்டுமே நினைத்த அலமேலு மெல்ல அலறினாள். கத்தி எறிந்த தடியன் அவளைக் கடந்து பையனைப் பிடிக்க ஓடினான். கண்களில் இருள் கவிழ்ந்து, மூச்சுவிடத் திணறி நிலத்தில் சாயும் நேரத்தில் அலமேலு, அவர்கள் இருவரும் குடிசைகளுக்கு நடுவே மறைவதைப் பார்த்தாள்.

இவ்வளவு நேரமும் சண்டையைப் பார்த்துக்கொண்டிருந்த கூட்டம் இப்போது அலமேலுவின் பக்கம் திரும்பியது. யாரோ போலீசுக்கு ஃபோன் போடுங்கள் என்றார். எங்கிருந்தோ பழனிச்சாமி அய்யோ என்று கத்திக்கொண்டே ஓடி வந்தான். இரண்டு மூக்குத்திகள் அணிந்திருந்த பெண் அலமேலுவைக் குத்தி கீழே விழுந்திருந்த கத்தியை தன் கூடையில் சாணிக்குள் மறைத்தாள். மற்றவள் அலமேலுவின் பர்சை திருடினாள். கண்மூடித் திறப்பதற்குள் அவர்கள் இருவரும் மாயமானார்கள்.

பையன் ஓடி சோடா வாங்கி வந்தபோது பழனிச்சாமி அதை அலமேலுவின் வாயில் ஊற்றினான். அவள் கண்கள் மிரள ஒரு வாய் குடித்தாள். மறு கணம் வலது பக்கம் தலையைச் சாய்த்தாள். ‘தண்ணி எதற்கு மணலைப்போல தொண்டையில் சிக்கிக்கொள்கிறது’ என்று தோன்றியது.

“ஆம்புலன்ஸ் வரும்வரை பிழைத்திருப்பாளோ இல்லையோ” என்றான் ஒருவன்.

அலமேலுவின் நிலைமைக்கும், அவள் முதுகிலிருந்து வழிந்து பழனிச்சாமியின் மார்பை நனைத்த இரத்தத்திற்கும் பழகிப்போன மக்கள் இரைச்சலை குறைத்துக் கொண்டார்கள்.

அலமேலு தன் முழு வலுவுடன் பழனிச்சாமியின் மார்பில் சாய்ந்தாள். மூச்சுவிட சிரமமானது. வாயைத் திறந்தாள். பழனிச்சாமி "விலகுங்க, கொஞ்சம் காத்து வரட்டும்" என்று கத்தினான். கண்ணை மூடிக்கொண்டிருந்த அலமேலுவுக்கு பழனிச்சாமியின் இதயத் துடிப்பு கேட்டது. அவன் தோள்களின் சதை அவள் அக்குளை அழுத்தியது. கண்ணைத் திறக்கும் போதெல்லாம் அவனுடைய உப்பிய கண்களில் கருணை தெரிந்தது. அவனுடைய புளிப்பு வாசத்து மூச்சு, அவன் நெற்றியில் இருந்து இறங்கி அவள் தலை மேல் சொட்டும் வியர்வை இரண்டும் உண்மையான வாழ்க்கையை அழைத்து வந்தது போலவும், ஈரமான அவன் கைகளில் ஊஞ்சல் ஆடுவது போலவும் தோன்றியது.

போலீஸ் வேன் வந்து மூன்று போலீஸ்காரர்கள் கீழே இறங்கியபோது கூட்டம் கலைந்தது. அலமேலுவுக்கு திரும்பவும் பழனிச்சாமியின் குரல் கேட்டது. அந்த வார்த்தைகள் புரியா விட்டாலும், அவன் குரலில் ஒரு மனிதன் அடுத்த மனிதனிடம் காட்டவேண்டிய பரிவு இருந்தது போலத் தெரிந்தது. இரண்டு போலீஸ்காரர்கள் பழனிச்சாமியை எழுப்பி கத்திக் குத்துக் காயத்தைப் பார்த்துக்கொண்டிருக்கும் போது அலமேலு கடைசியாக மெல்ல நடுங்கி, ஒரு விக்கல் விக்கி முழுமையாகக் கண்மூடினாள். போலீஸ்காரர்கள் "கத்தியை எங்கே ஒளித்து வைத்திருக்கிறாய்?" என்று பழனிச்சாமியை விசாரிக்கத் தொடங்கினார்கள்.

— 1979

அனாதைகள்

முப்பத்தி மூன்று ஆண்டுகள் அந்த முதிய தம்பதிகள் தூசி படிந்த அந்தப் பழைய வீட்டில் அந்தச் சிறிய கிராமத்திலேயே வசித்து வந்தார்கள். நகரத்தில் ஒரு வீடு அமைத்துக் கொள்ளவேண்டும் என்ற ஆசையில் அவர்கள் சிக்கனமாக வாழ்ந்தார்கள்; ஒவ்வொரு காசையும் முடிந்து வைத்தார்கள். நகரத்தில் சொந்த வீடு வாங்கிய பிறகு, இந்த கிராமத்தில் இத்தனை ஆண்டுகள் நாடு கடத்தப் பட்டவர்களைப்போல இருந்தோமே என்று அவர் களுக்கு வியப்பாக இருந்தது. இந்தக் கிராமத்தில்தான் அவர்களுக்கு திருமணமும் நடந்திருந்தது. தலை முடி வெள்ளையா நரைத்திருந்தது.

உச்சி வெயிலில் ஒருநாள் காலை இந்த முதியவர்கள் தங்களிடம் இருந்த பொருட்களை வண்டியில் ஏற்றிக்கொண்டு ஸ்டேஷனுக்குப் போனார்கள். வழிநெடுக கிறீச்சிடும் உடைந்த வண்டி; பெருமூச்சு வாங்கிக்கொண்டு இழுக்கச் சிரமப்படும் கிழட்டு எருதுகள்; நொடிக்கொரு முறை சாட்டையை வீசும் வண்டிக்காரன். மேடு பள்ளங்களைக் கடந்து வண்டி முக்கியத் தெருவுக்கு வந்தது.

அவர்கள் பயணத்திற்கு ஒருவகை களை கட்டியிருந்தது. பலவகையான மனிதர்கள் ரயில் நிலையத்தில் கூடி இருந்தார்கள்; தலை மேல்

முந்தானையைப் போர்த்தி இருந்த கிழவிகள், ஃபேஷனான தோற்றத்தைக் கண் கொட்டாமல் பார்க்கும் பெண்கள், நீண்ட குச்சியை ஊன்றிக்கொண்டு அசட்டுத்தனமாக கண்ணை விலக்காமல் பார்க்கும் ஆண்கள், ஜோசியர்கள், கணக்கர்கள், நாட்டாமை, போஸ்ட்மாஸ்டர், பள்ளி ஆசிரியர் – எல்லோரும். குச்சியைப்போல மெலிதாக, உயரமாக வளர்ந்திருந்த ஒருவன் அங்குமிங்கும் அலைந்தபடி ஏதேதோ கட்டளையிட்டான். ஆனால் யாரும் அவனை கவனித்ததாகத் தெரியவில்லை.

நகரத்திற்கு செல்லும் அந்த முதிய கணவன் – மனைவியை சிலர் பொறாமையுடன் பார்த்தார்கள். அதிக மகிழ்ச்சியுடன் சுதந்திரமாக வாழ்க்கையை நடத்தக் கூடிய பெரிய நகரத்தில் அந்த முதியவர்களைப் போல ஒரு வீட்டைக் கட்டிக்கொள்ள முடியவில்லையே என்று சிலர் மனதிற்குள்ளேயே வருந்தினார்கள். மற்ற சிலருக்கு தங்களுடன் இந்தச் சின்ன கிராமமே சுவர்க்கம் என்று தோன்றியது. ஒருவகையான வெறுமையான மனநிலை யோடு அவர்கள் இரயில் புறப்படுவதற்காக காத்திருந்தார்கள். பயணம் செய்யும் கிழவர் அந்த நேரத்தில் எல்லோர் கவனத்தையும் ஈர்த்திருந்தார். தன் திருமணத்திற்கு தைத்த, மிகவும் இறுக்கமாகி யிருந்த கோட்டில் அவர் சிறைப்பட்டிருந்தார். அதன் தோள்களும் மிகவும் சிறிதாகி இருந்தன. அவருக்கு அது கோமாளியின் உருவத்தைக் கொடுத்திருந்தது. தங்களை வழியனுப்ப வந்த எல்லோரிடமும் சிரித்துக்கொண்டே பேசிய அவர், நகரத் திற்குப் போனதும் தான் செய்யவேண்டிய வேலைகளை பட்டியலிட்டுக்கொண்டிருந்தார். யாரோ ஒருவனுக்காக அரசாங்க அலுவலகத்தில் ஆவணம் ஒன்றை தேடவேண்டியிருந்தது; கிராமத்துப் பணக்காரன் ஒருவனுக்கு தோட்டா – துப்பாக்கியின் விலையை விசாரித்து எழுதவேண்டியிருந்தது; ஏதேதோ புறநகரங்களுக்குச் சென்று யார் யாரிடமோ ஏதேதோ செய்தி களைச் சொல்லவேண்டியிருந்தது; ஆஸ்துமா நோயாளிக்கு ஒரு சிறப்பான மருந்தை வாங்கி அனுப்பவேண்டியிருந்தது. அந்த மருந்தின் பெயரை எழுதுவது அத்தனை எளிதல்ல என்று அந்த நோயாளி அந்தப் பெயரை தானே சுயமாக காகிதத்தில் எழுதிக்கொடுத்தான்.

இரயில் புறப்படும் அறிகுறி தெரிந்தது. மக்கள் மகிழ்ச்சியாக சுகப்பயணத்திற்கு வாழ்த்துச் சொல்லிக் கையசைத்தார்கள். கைக்குட்டையை ஆட்டினார்கள். சில முதியவர்கள் அழுதே விட்டார்கள். சிரிக்கும், அழும் முகங்களைத் தாண்டி இரயில் புறப்பட்டுவிட்டது. சிறிது தொலைவு சென்றதும் ஸ்டேஷனைத் தூக்கிப் பிடிப்பதுபோல உயரமாக வளர்ந்த இரண்டு

தென்னைமரங்கள் மட்டுமே தெரிந்தன. தொலைவில் முடங்கிய கிராமம் மங்கலாகத் தெரிந்து பிறகு மாயமானது.

மூன்றாம் வகுப்பின் அழுக்குக் கம்பார்ட்மெண்டில் இருந்த அந்தத் தம்பதிகள் தங்கள் பொருட்களை ஒழுங்குபடுத்தி வைக்கத் தொடங்கினார்கள். மேலே வைத்திருந்த பெரிய கூடையைக் கீழே இறக்கி வைத்துக்கொண்டு, அதன் அருகில் கயிறு கட்டிய ஒரு பழைய ட்ரங்கை வைத்தார்கள். கீழே இருந்த மற்றொரு பெட்டியையும் அந்தக் கூடையையும் ஒன்றாகக் கட்டினார்கள். அதன் அருகில் படுக்கை, ஊறுகாய் ஜாடி, கண்ணாடிச் சாமான்கள் போன்றவற்றை வைத்தார்கள். தலைக்கு மேலே இருந்த காலி அடுக்கில் பேப்பரால் சுற்றிய இலகுவான பொருள் ஒன்றை வைத்தார்கள். பொருட்கள் எல்லாவற்றையும் ஒழுங்குபடுத்தி வைத்த பிறகு இருவரும் எதிர் எதிராக அமர்ந்து ஓடும் இரயிலின் சன்னலுக்கு வெளியே பார்க்கத் தொடங்கினார்கள். விட்டு வந்த ஊர் விலகிக்கொண்டிருந்தது.

காதை அடைப்பதைப்போல இரைச்சல் போட்ட இரயில் விசாலமான வயலுக்கு நடுவே ஓடியது. கதிர்களை அறுவடை செய்த வயல் காடுகள், புல் குவியலும் தெரிந்தன. சிலநேரம் தனி மரங்கள் இரயிலை விட வேகமாக வந்து மறைந்தன. அவ்வப்போது கிராமத்துக் குடிசைகள், இரயில்வே வேலையாட்களின் வீடுகள், கோயில் கோபுரங்கள் தெரிந்தன. ஆங்காங்கே பாயும் ஓடை, முள், கொடி, தொலைவில் மங்கலாகத் தெரியும் மலை வரிசை.

அந்தப் பயணிகள் இரைச்சலான மக்கள் நிறைந்த பட்டணத்திற்கு போய்க்கொண்டிருந்தார்கள். முதியவர் ஓய்வு பெற்ற ஆசிரியர்; கொஞ்சம் ஓய்வூதியம் வருகிறது. குழந்தை குட்டிகள் கிடையாது. கணவனும், மனைவியும் தற்போது அவர்களுக்கு அறிமுகமான, நெருங்கிய இடத்திலிருந்து வெகு தொலைவிலுள்ள இடத்துக்குப் போகிறார்கள். கடந்த கால வாழ்க்கைத் தொடர்பை இழந்துகொண்டிருந்த அவர்களுக்கு ஏதோ தயக்கம். சமீபத்தில் அவர்கள் நகரத்தில் ஒரு வாரம் தங்கி இருந்தார்கள். காலையில் இருந்து மாலைவரை விற்பனைக்கு இருந்த வீடுகளைப் பார்த்து, நீண்ட பேச்சுவார்த்தைகளை நடத்தி கடைசியாக பேரம் பேசி ஒரு ஃப்ளாட்டை வாங்கினார்கள். அந்த ஃப்ளாட்டின் சாவி சட்டைப் பையில் இருந்தது. ஆனாலும் அவருக்கு எதிர்காலத்தைக் குறித்து ஏதோ அச்சம், சந்தேகம்.

நீண்ட காலம் ஒன்றாக வாழ்ந்த அவர்கள் முகத்தில் ஒருவகை பொருத்தம் இருந்தது. பழக்க வழக்கங்களிலும், சிந்தனையிலும் ஒரே தோற்றத்துடன் தெரியும் தம்பதிகளும் உண்டு. இந்த இரண்டு

பயணிகளும் அப்படித்தான். இருவருக்கும் ஒரே எண்ணம். இருவருக்கும் அமைதியான குணம். இவர்கள் கணவன் மனைவியா அண்ணன் தங்கையா என்று சொல்வதே கடினமாகும் அந்த அளவிற்கு பொருத்தம். எந்த உணர்வுகளையும் காட்டாமல் அவர்களுடைய அமைதியான முகங்கள் கொட்டாவி விடும்போது மலர்ந்து சிவக்கும். பல வருடங்களுக்கு முன்பு முதியவருக்கு நகரம் என்றால் இளக்காரமாக இருந்தது. சொந்த சொத்து என்றால் எரிந்து விழும் அவரை காலம் போதுமான அளவுக்கு கனியவைத்தது. இப்போது அவர் சுயநலவாதி, நகரத்தில் வீடு வாங்கி இருந்தார். அவர் மனைவியும் அப்படித்தான் முன்பு மிகவும் இலட்சியவாதியாக இருந்தாள். முப்பத்தைந்து நிறைந்த உடன் கொழுப்புச் சேர்ந்து அவளுடைய பின்பக்கம் பெரிதானது. மூத்திரப்பையில் வலி தெரிந்தது. அதற்கு மேல் அவளுக்கு ஊறுகாய் மீது விருப்பம். ஆண்டின் எல்லாக் காலங்களிலும் எலுமிச்சை, பலா, நார்த்தங்காய், மிளகாய் – என எல்லா வகையான ஊறுகாயும் போடுவாள். அவள் திறமைக்கு சாட்சியாக இப்போது அருகிலேயே ஜாடி இருக்கிறது.

ஏறிக்கொண்டிருந்த வெயில் இரயில் சன்னல் வழியாகப் பாய்ந்து வந்து ஆடியது. உடம்பைக் குலுக்கும் இரயில் வேகத்திற்கு நொடிந்துபோன தம்பதிகள் கண்ணயர்ந்தார்கள். பறந்து வந்த ஈயொன்று முதலில் கிழவியின் மூக்கின் மேலும், பிறகு கிழவனின் மூக்கின் மேலும் அமர்ந்து, பறக்கத் தொடங்கியது. இருவருக்கும் அதை விரட்டும் மனம் இல்லாமல் புருவத்தைச் சுளித்தார்கள். ஒருமுறை முதியவர் அதிர்ச்சியடைந்து எழுந்தார். தான் இன்னும் இரயிலில் இருக்கிறேன் என்று தெரிந்து மறுபடியும் தூங்கினார். இரயில் வேகமாக ஓடியது. ஆனால் இந்தத் தம்பதிகளுக்கு மதியம்வரை விழிப்பு வரவில்லை. முதலில் கிழவி வயதான கிழட்டுச் சிங்கம் போல கொட்டாவிவிட்டு கணவனை அன்புடன் பார்த்தாள். உடனே அவர் மனைவியின் அன்பைப் புரிந்துகொண்டு கூடையில் இருந்த ஒரு டப்பாவை எடுத்தார். அவர்கள் வீட்டில் இருந்து எடுத்து வந்த உப்புமாவை வெகு நேரம் தின்றார்கள்; ஏதோ வெறிச்சோடிக்கிடந்த நிலையத்தில் இரயில் நின்றபோது காப்பி வாங்கிக் குடித்தார்கள், மறுபடியும் தூக்கம்.

அந்த இரவு வெகு நேரத்திற்குப் பிறகு இரயில் நகரத்தை அடைந்தது. தொலைவில் மின்னிய ஆயிரக் கணக்கான விளக்குகள் இருட்டில் நகரத்தை ஊசலாடவைத்தன. பயணிகள் எல்லோரும் தங்கள் சாமான்களுடன் இறங்கத் தயாரானார்கள். வயதான தம்பதிகளும் அசட்டுத்தனமாக, ஆதங்கத்துடன் இறங்கினார்கள். அவர்கள் சாமான்களை சுமக்க வந்த கூலிகளிடம் போதுமான

எஸ். திவாகர்

அளவுக்கு பேரம் நடந்தது. பேப்பரில் சுற்றிய பொருளை கிழவி அக்குளில் மடித்துவைத்துக் கொண்டாள்.

பிளாட்பாரத்தில் கையை வீசிக்கொண்டு வந்த ஒருவன் கிழவி வைத்திருந்த பொருளை இடித்தான். அதைச் சுற்றி வைத்திருந்த பேப்பர் கிழிந்துபோனது. மிகவும் அவசரத்தில் இருந்த அவன் இதை கவனிக்காமல் போனான். ஆனால் சுற்றி இருந்த மக்கள் கிழிந்த பேப்பருக்குள் எட்டிப்பார்த்த, பஞ்சால் செய்த ஒரு கழுகு பொம்மையைப் பார்த்தார்கள். அதன் கண்ணில் பதித்திருந்த கண்ணாடி மின்னியது.

அவர்கள் ஃப்ளாட் இருந்த பெரிய கட்டிடம் நகரத்தின் மையத்தில், இரைச்சல் நிறைந்த ஒரு தெருவில் இருந்தது. காலையிலிருந்து மாலைவரை அதன் சன்னல்களும், கதவுகளும் எப்போதும் ஓடிக்கொண்டிருக்கும் லாரி, பஸ், குதிரைவண்டி, மோட்டார் சைக்கிள் சத்தங்களால் நடுங்கிக்கொண்டிருந்தன. அதன் பல வழிகளில் இருந்த கதவுகளின் வழியாக மக்கள் பகல் இரவு என்று பாராமல் வந்துகொண்டும், போய்க்கொண்டும் இருந்தார்கள். அங்கே எவ்வளவு மக்கள் வசித்தார்களோ சொல்வது சிரமம். ஆனால் அந்தக் கட்டிடத்தில் ஒரு தனி உலகத்தின் நாடி துடித்துக் கொண்டிருந்தது. இங்கே மக்கள் ஒருவருக்கொருவர் அறிமுகமில்லாமலேயே இருந்தார்கள். ஒருவரைக் கண்டால் மற்றவருக்கு உள்ளுக்குள்ளேயே வெறுப்பு; அக்கம் பக்கத்தாருடன் சண்டைபோட ஒரு சின்ன சாக்குக் கிடைத்தாலும் போதும்.

இந்த முதிய தம்பதிகள் அந்தப் பெரிய கட்டிடத்திற்குள் நுழைந்தபோது அவர்களை வெவ்வேறு மாடியில் வசித்துக் கொண்டிருந்த மக்கள் இப்படியான வெறுப்புடனேயே வரவேற்றார்கள்; அவர்களைச் சீண்டுவதைப்போல பார்த்தார்கள்; அவர்களுடைய கிராமத்துத் தோற்றத்தைப் பார்த்து சிரித்தார்கள்; அவர்களுடைய மிகக் குறைவான சாமான்சட்டி களைப் பார்த்து ஏளனமாகப் பேசிக்கொண்டார்கள். உப்பிய தாடைகள் இருந்த நடுவயதுத் தடித்த பெண் ஒருத்தி அவர்கள் இன்னும் வீட்டிற்குள் அடிஎடுத்து வைப்பதற்கு முன்பே சன்னலில் நின்று பார்த்துக்கொண்டே, மூட்டைப்பூச்சி, கரப்பான் எதையாவது எடுத்து வந்திருக்கிறீர்களா என்று விசாரித்தாள். அவள் எண்ணப்படி அந்தப் பூச்சிகள் வெகு சீக்கிரமாக வளர்ந்து முழுக் கட்டிடத்திற்குள் பரவிவிடும் தன்மையுடையவை. முதிய தம்பதியர்கள் தம் இயல்பான அமைதியான குணத்தால், கடவுள் அப்படிப்பட்ட பூச்சிகளிலிருந்து தங்களைக் காப்பாற்றி இருக்கிறான் என்று சொன்னபோது உப்பிய தாடையின் அந்தப் பெண் அமைதியானாள். ஆனாலும் நம்பாதவள் போல

பெருமூச்சுவிட்டு அவள் செருக்கோடு தலையை நிமிர்த்திக்கொண்டு போனாள்.

இப்படி அந்த நகரத்தில் அந்த முதியவர்களின் வாழ்க்கை தொடங்கியது. தனிமை அவர்களை ஆட்கொண்டிருந்தது. யாருக்கும் அவர்களுடைய தேவை இருக்கவில்லை. நடந்த அவமானத்தைத் தாங்கிக்கொண்டு புதிய சூழ்நிலைக்கு ஒத்துப்போகத் தொடங்கினார்கள். ஃப்ளாட்டை தங்கள் கிராமத்தில் இருந்த வீட்டைப் போலவே அலங்கரித்தார்கள்; படுக்கை அறையில் அதே பழைய வண்ணமிழந்த படங்களை மாட்டினார்கள். எடுப்பாகத் தெரிந்த இடத்தில் பஞ்சால் ஆன அந்த கழுகு அமர்ந்தது. தம்பதிகள் இன்னும் சில நாற்காலிகளை வாங்கிவந்தார்கள். அவை பழைய நாற்காலிகளுடன் அழைக்காத விருந்தாளிகளைப்போலக் காணப்பட்டன. இரவு வெகு நேரத்திற்குப் பின் சத்தம் அடங்கிய பிறகு கடையிலிருந்து வாங்கிவந்த அந்த நாற்காலிகள் வெறுப்பைக் காட்டுவதைப்போல கீறிச்சிட்டன. மக்கள் பழைய பொருட்களைப் பார்ப்பதைப்போல அவை தங்களைப் பார்த்துச் சிரிக்கின்றன என்று தோன்றியது, அவர்களுக்கு.

ஆரம்பத்தில் அவர்கள் வீட்டில் தங்கமாட்டார்கள். வெகு நாட்கள் அவர்கள் மக்கள் நிறைந்த தெருக்களில் சுற்றித் திரிந்தார்கள், கடைகளுக்கு முன்னால் அசடுகள் போல நின்றார்கள். எதிரே வருபவர்கள் மீதெல்லாம் இடித்தார்கள். கண்ட கண்ட ஹோட்டல்களுக்குள் புகுந்து பசியாற்றிக் கொண்டார்கள். நகரம் இன்னும் தன் மோக வலையை விரித்துக்கொண்டிருந்தது. முதியவர்கள் தங்களை அறியாமலேயே இந்த அறிமுகமில்லாத வாழ்க்கைக்குள் நுழைய, மற்றவர்களுடன் கலந்து, அவர்களைப்போல வாழ முயன்றார்கள். ஆனால் சுற்றி இருந்த உலகம் அவர்களை நிராகரித்தது. நகரச் சதுக்கங்களிலும் சரி, விசாலமான தெருக்களிலும் சரி, குழந்தைகள் விளையாடும் பூங்காவானாலும் சரி அவர்களுடைய ஆசை நிறைவேறவில்லை. தனிமையின் துயரத்தால், சோர்வால் அனாதைகள்போல அவர்கள் தினமும் மாலையில் வீடு திரும்பி படி ஏறி இரண்டாம் மாடியில் இருந்த தங்கள் ஃப்ளாட்டின் கதவைத் திறந்து உள்ளே அடைபட்டுவிடுவார்கள். உடனே பக்கத்து வீட்டு ரேடியோவிலிருந்து வரும் சினிமாப் பாட்டு காட்டு ஓநாய் போல வெகு நேரம்வரை அவர்கள் காதில் கத்தும்.

உப்பிய தாடைகள் கொண்ட அந்த தடித்த பெண்மணி மூன்றாவது மாடியில் அவர்கள் ஃப்ளாட்டிற்கு மேலேயே வசித்துவந்தாள். அவளுடைய கணவர் இறப்பதற்கு முன் ஓய்வு

எஸ். திவாகர்

பெற்ற நீதிபதியாக இருந்தார். கணவர் இறந்த பிறகு அவள் தன்னுடைய எட்டு மாடி வீட்டை ஒரு காண்ட்ராக்டருக்கு விற்றுவிட்டாள். காண்ட்ராக்டர் அந்த வீட்டை இடித்து அங்கேயே பல ஃப்ளாட்களுடன் மூன்று அடுக்குமாடிக் கட்டிடத்தைக் கட்டினான். நீதிபதியின் மனைவி அவனிடமே மறுபடியும் நான்கு ஃப்ளாட்களை வாங்கினாள். ஒரு ஃப்ளாட்டை தான் வைத்துக்கொண்டு மற்றொன்றை வாடகைக்கு விட்டு மீதம் இருந்த இரண்டில் ஒன்றை தன் மகனுக்கும், மற்றொன்றை திருமணமான தன் மகளுக்கும் கொடுத்திருந்தாள். நீதிபதியின் சொத்து இப்படிப் பங்கு போடப்பட்டது. இது பத்து ஆண்டு களுக்கு முன்பு நடந்த நிகழ்ச்சி. ஒரு காலத்தில் அதே இடத்தில் தன் வீடு இருந்ததாலோ என்னவோ, அந்தத் தடித்த விதவை இப்போதும் அந்த முழுக் கட்டிடத்திற்கு தானே சொந்தக்காரி என்று எண்ணிக்கொண்டிருக்கிறாள். குணமடையாத இப்படிப் பட்ட பிரமைக்கு ஆளான அவள் இந்தக் கட்டிடத்தில் வசிக்கும் எல்லோரும் அத்துமீறி நுழைந்தவர்கள் என்று சொல்லிக் கொண்டிருந்தாள். சன்னலுக்கு அருகில் அமர்ந்துகொண்டு படி ஏறி வருபவர்களையும் இறங்கிப் போகிறவர்களையும் கோபத்தால் பார்த்துக்கொண்டிருப்பதே அவளுடைய வழக்கமாக இருந்தது. அவள் வீட்டில் இருந்த மற்றொரு பெண் வேலைக்காரி மட்டுமே. பிள்ளைகளை அவள் பார்ப்பதே கிடையாது. அவர்கள் தங்களுடைய ஃப்ளாட்களை வாடகைக்கு விட்டுவிட்டு நகரத்து மற்றொரு பகுதியில் வசித்து வருவதால், பண்டிகை நாட்களில் மட்டுமே அம்மாவுக்குப் பிள்ளைகளின் தரிசனம் கிடைக்கும்.

புது வீட்டிற்கு வந்த நாளன்றே முதிய தம்பதியர்களுக்கு நீதிபதியுடைய விதவை மனைவியின் திமிர் புரிந்தது. எப்படியாவது அவள் அன்பைப் பெற்றுவிட வேண்டும் என்ற ஆசையில் அவள் வீட்டிற்கு போய்வர முடிவெடுத்தார்கள். ஒருநாள் கடுமையான மழை பொழிந்தது. மழைத்தண்ணீர் விடாமல் சன்னல் கண்ணாடியை அடித்துக்கொண்டிருந்தது. இதுதான் தருணம் என்று அவர்கள் மூன்று மாடி ஏறி மூன்றாவது மாடியில் இருந்த அந்த விதவையின் வீட்டு மணியை அழுத்தினார்கள். கதவைத் திறந்த பெண்ணிடம் தாங்கள் எஜமானி அம்மாவைப் பார்க்க வந்ததாகச் சொன்னார்கள். சில நொடிகளில் நீதிபதியின் விதவை மனைவி வாசலுக்கு வந்து தன் டாம்பீகத்தைக் காட்டி நின்றாள். கோபத்தைக் கக்க தனக்கு ஏதாவது சாக்குக் கிடைக்குமென்று அவள் தயாராகவே வந்திருந்தாள். ஆனால் எளிமையாகத் தன் வாசலில் அசடுகள்போல சிரித்துக்கொண்டு நின்ற அந்த கிராமத்தார்களைப்பார்த்து அவளுக்குசிரிப்புதாங்கமுடியவில்லை, உள்ளே அழைத்தாள்.

கிராமத்திலிருந்து நகரத்திற்கு வந்திருந்த அந்த முதிய தம்பதியர்கள் மென்மையான தரைவிரிப்பின் மேல் பயத்துடன் நடந்துகொண்டே ஒரு பெரிய அறைக்குள் நுழைந்தார்கள். இறந்திருந்த நீதிபதியின் எல்லாப் பொருட்களையும் அந்த அறைக்கு கொண்டுவந்து வைத்திருந்தார்கள். பழைய சோபாக்கள், வெள்ளை உறை போட்ட நாற்காலிகள். காற்றுக்கு ஓசை எழுப்பிக்கொண்டிருந்த ஒரு பெரிய கண்ணாடிக் கொத்துபோல இருந்த விளக்கைப் பார்த்து அவர்கள் அசந்துபோனார்கள். அங்கே ஒரு சாம்பல் நிற மேசை இருந்தது. அதன் இழுப்பறையின் பிடிகள் முறிந்திருந்தன. மூலையில் ஒரு பூச்சட்டி. அதன் அருகில் பிளாஸ்டரால் உருவாக்கிய காந்தியின் சிலை. அறைக்கு நடுவில் ஒரு மான் தோலை விரித்திருந்தார்கள். அங்கங்கே கிழிந்து அது கார்ட்போர்ட் வண்ணத்திற்கு மாறி இருந்தது. மேசைக்குப் பின்னால் சுவரில் அடுக்கி வைத்திருந்த ட்ரோபிகள், பழங்காலத்து வாள்கள் மற்றும் காட்டெருமைத் தலை ஆகியவை முதியவரின் கவனத்தை உடனடியாக ஈர்த்தன. பல ஆண்டுகளுக்கு முன்பு நீதிபதி இந்தச் சூழ்நிலையில் அமர்ந்து வேலை செய்திருக்கவேண்டும். ஆனால் இப்போது அங்கே தங்கத்தால் சட்டமிட்ட அவருடைய நிழற்படம் மட்டுமே தொங்கிக்கொண்டிருந்தது.

அறைக்குள் நுழைந்ததும் முதியவர்கள் படபடத்தார்கள். நீதிபதியின் நிழற்படம், பழங்காலத்து வாள்கள் மற்றும் நீண்ட கொம்புடன் காட்டெருமையின் தலையைப் பார்த்து அவர்களுக்கு சிறிது அச்சம் ஏற்பட்டது. ஆனால் கிழவி வெகு சீக்கிரமாக சுதாரித்துக்கொண்டு, ஒரே கூரைக்குக் கீழே வசிக்கும் மக்கள் ஒருவருக்கொருவர் உதவியாகஇருக்கவேண்டும் என்றாள். அதற்கு நீதிபதியின் விதவை மனைவி எந்த பதிலையும் சொல்லாமல் பெருமூச்சுவிடுவதைப் பார்த்து, அந்த அறையின் திரைகளையும், தரை விரிப்பையும், பூச்சட்டியையும் பாராட்டிப் புகழ்ந்தாள். வீட்டு எஜமானி எதுவும் பேசாமல் திரும்பத் திரும்ப பெருமூச்சு விட்டாள். கடைசியாக கிழவி நீதிபதியின் புகைப்படத்தை அன்புடன் பார்த்து, அவர் மறைந்து எத்தனை ஆண்டுகள் ஆனது என்று கேட்டாள். அதற்கு அந்த உப்பிய தாடையுடைய தடித்த பெண்ணின் முகம் சற்றே சாந்தமானது. பிறந்த நாளிலிருந்தே நயமாகப் பேசிப் பழகாத அவள் மெல்ல தன் கதையைச் சொல்லத் தொடங்கினாள். கணவனைவிட இருபது வயது சிறியவளான அவள் திருமணம் ஆனவுடன் தாஜ்மகால் பார்த்தது, இரண்டு குழந்தைகள் பிறந்தது, கணவன் தன்னை ராணிபோல் கவனித்துக்கொண்டது கடைசியில் விதவையானது – எல்லாவற்றையும் முழு விவரத்துடன் சொன்னாள்.

மென்மையான சோபாவில் உட்கார்ந்திருந்த முதியவர்கள் இடையிடையே மனிதன் படும் பாட்டைப்பற்றியும், கெட்ட விதிகளைப் பற்றியும் சில வார்த்தைகள் சொன்னாலும் அவள் அவற்றின் மீது கவனம் செலுத்தாமல் தன் கதையைத் தொடர்ந்தாள்.

தற்போதைய சங்கதிகளைச் சொல்லும்போது அவள் முகம் கோபத்தால் இறுகியது. தன் கணவன் வயிறு அறுவை சிகிச்சை செய்துகொண்டு இறந்த பிறகு தன்னிடம் இருந்த மென்மையான குணம் எப்படி மாயமானது, தான் எப்படிக் கல் மனதுக்காரியானேன் என்றெல்லாம் சொன்னாள். தன் கணவனைக் கொன்ற டாக்டரை அவள் திட்டித்தீர்த்தாள்; தன்னை ஏமாற்றிய காண்ட்ராக்டரைத் திட்டினாள். பிறகு இந்த உலகில் நல்ல மனிதர்கள் யாரும் அவளுக்குத் தெரியவில்லை. அந்தக் கட்டிடத்தில் வசித்துவந்த எல்லோரையும் மனதாரத் திட்டித்தீர்த்தாள். அவர்கள் எல்லோரும் திருடர்கள், வஞ்சகர்கள் என்றாள். தன்னைக் கொல்ல அவர்கள் எல்லாம் சதி செய்கிறார்கள் என்று சொல்லும்போது அவள் கழுத்திலிருந்த தங்கச்சங்கிலி மேலும், கீழும் ஆடியது.

அவள் கதையைக் கேட்ட முதியவர்கள் இனி தங்களையும் திட்டலாம் என்று பயந்தார்கள். ஆனால் அவள் நேரடியாகத் திட்டவில்லை. வெறுப்புடன் அவர்களை அடியிலிருந்து முடிவரை பார்த்து கிராமத்தைவிட்டு இங்கே எதற்கு வந்தீர்கள் என்று விசாரித்த பிறகு, பெருமூச்சு விட்டபடி சர்க்கரை இல்லாததால் காப்பி தர இயலவில்லை என்றாள்.

இனி புறப்படும் நேரம் வந்தது என்று அவர்கள் எழுந்து நின்றபோது, அவள் கடைசியாகப் பெருமூச்சுவிட்டு நிரந்தரத் துன்பத்தில் இருக்கும் அவள் தனிமையிலேயே இருக்க விரும்புவதாகவும், அடிக்கடி வந்து சிரமம் கொடுக்கவேண்டாம் என்றும் சொன்னாள். முதியவர்கள் மங்கிய ஒளியின் அந்த பெரிய அறையிலிருந்து வெளியேறியபோது நீதிபதி தன் புகைப்படத்தில் இருந்து அவர்களை உற்றுப்பார்த்தார். இருவர் முகத்திலும் வியர்வை சிந்தியது.

மானம்போனதென்று தெரிந்து அவர்கள் யாருடனும் நட்பை வளர்த்துக்கொள்ளாமல் தங்கள் தனிமையிலேயே காலத்தைக் கழித்தார்கள். அந்தத் தருணத்தில் அறிமுகமில்லாத ஒருவன் அவர்கள் கவனத்தை ஈர்த்தான். படி ஏறும்போதும், இறங்கும்போதும் அடிக்கடி பார்க்கக்கிடைக்கும் அவன் ஒவ்வொரு முறையும் அவர்களை மரியாதையுடன் வணங்கி, வழி விடுவான். இப்படி எதிர்பாராத மரியாதையைப் பார்த்து

முதியவர்கள் அவனை அறிமுகப்படுத்திக்கொள்ளத் தவித்தார்கள். அந்த அறிமுகமில்லாதவனுக்கு ஒருவகையில் வெட்கம் நிறைந்த முகம். அது அவனுடைய பெரிய உடம்பிற்கு கொஞ்சமும் பொருந்தவில்லை. அவன் வயது சுமார் முப்பது இருக்கலாம். அடிக்கடி அவன் அந்த முதியவர்களுக்கு எதிர்ப்பட்டான். நாட்கள் நகர அவர்கள் மனம் அவனுக்காகத் துடித்தது. ஒருநாள் படி இறங்கிக் கொண்டிருக்கும்போது அவன் முதிய தம்பதி களைத் தன் வீட்டிற்கு அழைத்தான். சுவர்க்கமே கைக்குக் கிடைத்ததைப்போல மகிழ்ச்சியுடன் அவர்கள் அவனுடைய பாதி காலியாக இருந்த, அழுக்கு அறைக்குள் நுழைந்தார்கள். மிகப் பணிவான அவன் முகம் நொடிக்கு நொடி சிவப்பானது. அவன் ஹோட்டலிலிருந்து வாங்கிவந்திருந்த மிக்சர் காப்பியைக் கொடுத்து, மெல்ல வெட்கம் மறைந்து, சரளமாகப் பேசினான். தான் ஒரு கோடீஸ்வரனின் மகன் என்றும், கல்லூரியில் பேராசியராக இருப்பதாகவும் சொன்னான். முதியவர்கள் நம்பினார்கள். அறை முழுவதும் விழுந்து கிடந்த சிகரெட் துண்டுகளைப் பார்த்து கோடீஸ்வரர்கள் இருப்பதே இப்படித் தானோ என்று அவர்கள் நினைத்தார்கள். பேச்சுவாக்கில் அவன் அவருக்கு சிகரெட்டை நீட்டினான். அவர் தனக்குப் பழக்கமில்லை என்றபோது ஒரு மாதிரி சிரித்தான். சிறிது நேரம் கூரையைப் பார்த்துக்கொண்டிருந்தவன் திடீர் என்று அழுதுவிட்டான். முதியவர்கள் அவனுக்கு ஆறுதல் சொல்ல முயன்றபோது வாழ்வதைவிட தற்கொலை செய்துகொள்வதே மேல் என்று சொன்னான். வெகு நேரம் வற்புறுத்திய பிறகு அவன் தன் திட்டத்தைச் சொன்னான். தான் ஒரு அலங்காரப் பொருட்கள் தயாரிக்கும் தொழிற்சாலையைத் தொடங்க இருப்பதாகச் சொல்லிவிட்டு, அதில் நீங்கள் ஏன் பங்குதாரர்கள் ஆகக்கூடாது என்று கேட்டான். முதியவர்கள் சங்கடத்தில் சிக்கிக்கொண்டார்கள். சிக்கனமாக ஒவ்வொரு காசாகச் சேர்த்து நகரத்தில் வீடு வாங்கியதாயிற்று. இனி மீதம் இருப்பது நான்கு ஐந்தாயிரம் மட்டுமே. கணவன் மனைவி இருவரும் ஒன்றாக தாம் ஏழைகள் என்றும், வங்கிகளிருந்து தேவைப்பட்ட அளவு கடனாக வாங்கி தொழிற்சாலையை நிறுவலாம் என்றும் பரிந்துரை செய்தார்கள். அவன் இந்தப் பதிலை எதிர்பார்த்திருந்தானோ என்னவோ, உடனே கேலியாகச் சிரித்து, படுக்கைக்கு அடியில் வைத்திருந்த விஸ்கி பாட்டிலை எடுத்து, கிளாசில் ஊற்றி, படுக்கையில் சாய்ந்துகொண்டு குடிக்கத் தொடங்கினான். முதியவர்கள் கெட்ட கனவு கண்டவர்களைப்போல பயந்து நடுங்கினார்கள், வியர்த்தார்கள். அசட்டுத் தனமாகத் தன்னையே பார்த்துக்கொண்டிருந்த அவர்களைப் பார்த்து சீறிய அந்த அறிமுகமற்றவன், 'கிழட்டு ஆந்தைகளா வெளியே போங்க' என்று

கத்தினான். மூன்றாவது மாடியிலிருந்த அவன் அறையிலிருந்து விர்ரென்று ஓடிவந்த அந்த முதியவர்கள் சுதாரித்துக் கொள்ள நீண்ட நேரமானது.

அன்று மாலை படியிறங்கி கீழே வரும்பொழுது முதியவர்கள் ஏழெட்டு வயதுப் பையன் கெட்ட வார்த்தைகளால் யாரையோ திட்டிக்கொண்டு யாரையோ அடிப்பதைப்போலத் தோன்றியது. கீழே இரண்டாவது ஃப்ளாட்டிலிருந்து சத்தம் வந்தது. கணவன் மனைவி இருவரும் கடைவீதிக்குப் புறப்பட்டு இருந்தவர்கள், வெறும் ஆர்வத்தால் அந்த ஃப்ளாட்டின் சன்னலில் எட்டிப் பார்த்தார்கள். தங்கள் கண்களை அவர்களால் நம்பமுடியவில்லை. எண்பது வயதுக் கிழவர் ஒருவர் சிலேட்டையும், எழுது குச்சியையும் வைத்துக்கொண்டு உட்கார்ந்திருந்தார். ஏழு வயதுப் பையன் அவருக்கு சொல்லிக் கொடுத்தபடி, தவறுகளைத் திருத்திக்கொண்டிருந்தான். இரண்டோன் இரண்டு . . . அ ஆ இ ஈ உ ஊ . . . பையன் குச்சியை எடுத்தான்; எண்பது வயதுக் கிழவன் நாளைக்கு பாடத்தை சரியாக ஒப்புவிக்கிறேன் சார், என்று முறையிட்டார். சன்னல் வழியாக நடுங்கியவாறே பார்த்துக்கொண்டிருந்த முதியவர்கள் ஒருவர் முகத்தை ஒருவர் பார்த்துக்கொண்டார்கள். தாங்கள் எதையும் கற்கவில்லையே என்று தோன்றியது. உடனே கிழவிக்கு மூத்திரப் பையில் வலி ஏற்பட்டது. அவளைத் தோளோடு தாங்கிக்கொண்டே முதியவர் படி ஏறி தன் வீட்டுக் கதவைத் திறந்தார். அன்று இரவு அவர்களுக்கு சாப்பாடு தேவைப்படவில்லை. தூக்கமும் வரவில்லை.

மறுநாள் ஞாயிற்றுக் கிழமை. வீட்டில் இருக்கமுடியாமல் முதியவர்கள் விலங்குக் காட்சிச்சாலைக்குப் போனார்கள். அங்கே வகைவகையான பறவைகளையும், விலங்குகளையும் பார்த்து மகிழ்ச்சி அடைந்தார்கள். சிங்கத்தின் கூண்டுக்கு முன்னால் சிறிது நேரம் நின்றார்கள். யானையை உற்றுப் பார்த்தார்கள். அந்த விலங்குக் காட்சிசாலையில் குளிர்ப்பிரதேசத்து வெள்ளைக்கரடியைத் தேடினார்கள். கடைசியாக எங்கே பார்க்கமுடியாமல்போய்விடுமோ என்று கம்பிவலை போட்டிருந்த ஒரு சன்னலை எட்டிப் பார்த்தார்கள். அங்கே எந்த விலங்கும் இருக்கவில்லை. வாசலில் தங்களுக்கு டிக்கட் விற்ற ஆள் அங்கே இருப்பதைப் பார்த்து வியப்புடன் வெளியே வந்தார்கள்.

மக்கள் நிறைந்த விசாலமான தெருக்களில் மெல்ல நடந்துகொண்டே அவர்கள் விலங்குக் காட்சிச்சாலையைப் பற்றி உற்சாகமாகப் பேசிக்கொண்டு வந்தார்கள். குரங்குகளை விட முதலைகள் எத்தனை ஆண்டுகள் வாழும், அன்னப் பறவையின் முட்டை உடைய எத்தனை நாளாகும் போன்ற கேள்விகளை ஒருவருக்கொருவர் கேட்டுக்கொண்டு, விடை கிடைக்காமல்

தவித்தார்கள். அந்தத் தெரு கூலிகளாலும், குடியானவர்களாலும், பணக்காரர்களாலும், மாணவர்களாலும், முழுக் குடும்பத்துடனும் நிறைந்து கிடந்தது. ஞாயிற்றுக் கிழமையாக இருந்ததால் எல்லோர் முகத்திலும் மகிழ்ச்சி தெரிந்தது. அப்போது கிழவி போட்டிருந்த செருப்பு வெயிலுக்கு கரைந்து போன தாரில் ஒட்டிக்கொண்டது. கிழவன் அதை இரண்டு கைகளாலும் இழுத்துப் பிடுங்கியபோது அவர் கையில் சிறிது தார் ஒட்டிக் கொண்டு மனது சங்கடப்பட்டது. அப்போது அந்த மக்கள் கூட்டத்தில் அவர்களுக்கு ஒரு அறிமுகமான முகம் தெரிந்தது. கூவிக்கொண்டே அவர் அந்த மனிதனின் பக்கம் சந்தோஷமாக ஓடினார். அந்த மனிதன் அவர் இருந்த கிராமத்து போஸ்ட் மாஸ்டர். அவரைப் பார்த்து போஸ்ட் மாஸ்டருக்கும் அதுபோலவே மகிழ்ச்சி ஏற்பட்டது. அவருடன் சிறிது நேரம் பேசிக்கொண்டிருக்கலாமென்று அந்த முதியவர்கள் அவரை வற்புறுத்தி வீட்டிற்கு அழைத்துப் போனார்கள்.

போஸ்ட் மாஸ்டருக்கு நெஞ்சுவலி இருந்தது. டாக்டரிடம் காட்டுவதற்காக அவர் நகரத்திற்கு வந்திருந்தார். டாக்டர் அவர் நெஞ்சை எக்ஸ்ரே எடுத்துப் பார்த்து அப்படி எந்தத் தொந்தரவும் கிடையாது என்று மருந்து எழுதிக் கொடுத்திருந்தார். மூன்று மாதங்களுக்கு ஒருமுறை அவர் மருத்துவமனைக்கு வந்து பரிசோதித்துக் கொள்ளவேண்டி இருந்தது.

வீட்டுக்குப் போனதும் முதியவர்கள் போஸ்ட்மாஸ்டரை உபசரித்தார்கள். நாற்காலி ஒன்றில் உட்கார்ந்து அவர் கைக்குட்டையால் முகத்தைத் துடைத்துக்கொண்டார். கிராமத்தைப் பற்றி அவர்கள் கேட்ட பல கேள்விகளுக்கு அவர் பொறுமையாக பதில் சொன்னார். மழை விளைச்சல் எப்படி? பள்ளி ஆசிரியர் மாற்றலாகிப் போன பிறகு யார் வந்திருக்கிறார்? போன்ற எல்லா விஷயங்களைப் பற்றியும் அவர் விவரமாகச் சொன்னார். முதியவர்கள் அவரை ஆசையோடும், ஆவலோடும் பார்த்தார்கள். அவர் சொன்ன ஒவ்வொரு வார்த்தையும் அவர்கள் மனதில் அநேக நினைவுகளைத் தூண்டின. "இங்கே நிம்மதியாக இருக்கிறீர்களா?" என்னும் கேள்வியை போஸ்ட்மாஸ்டர் முதியவர்களிடம் கேட்டுவிட்டு, சின்ன கிராமத்தின் சலிப்பான வாழ்க்கையைத் துறந்து வந்த முதியவர்களைப் பொறாமையுடன் பார்த்தார். வேறு வழி இல்லாமல் அவர்கள் சிரித்தார்கள். தங்கள் வீட்டு வசதிகளைப் பற்றி சொன்னார்கள். இந்த அமைதியான சூழ்நிலையில் சுகமாக இருப்பதாகச் சொல்லிக் கொண்டிருந்தபோது மேல் மாடியில் ஏதோ விழுந்தது போல சத்தம் வந்தது. அச்சத்தை ஏற்படுத்துவது போல மிக ஓசையுடன் கூடிய அந்தச் சத்தத்திற்கு காரணம்

தேடாமல், போஸ்ட்மாஸ்டர் "உங்களுக்கு நல்லது நடந்ததே, மகிழ்ச்சி" என்றார்.

அந்த இரவு தங்கிப்போகவேண்டுமென்று அவர்கள் போஸ்ட்மாஸ்டரை மிகவும் வற்புறுத்தினார்கள். விடுமுறை இல்லாததால் தான் அன்றே போகவேண்டும் என்று சொல்லி போஸ்ட்மாஸ்டர் அவர்களிடமிருந்து விடைபெற்றார். தம்பதிகள் இருவரும் அவருடன் சிறிது தூரம் சென்று வழியனுப்பி வைத்து விட்டு வந்தார்கள். பிறகு அவர்களை நகர வாழ்க்கையின் தனிமை சூழ்ந்துகொண்டது. பஞ்சால் செய்த அந்தக் கழுகு அவர்களைப் பார்த்தது. ஜாடியில் இருந்த ஊறுகாய் மேலும் ருசித்தது. கிழவியின் தொண்டையில் ஏதோ அடைத்துக் கொண்டதைப் போலத் தோன்றி மூச்சுவிடத் திணறினாள். கிழவன் சன்னலுக்கு அருகில் நின்று எதையோ இழந்ததைப்போல தெருவைப் பார்த்துக்கொண்டு நின்றார்.

வெளியே நகரம் இருட்டுக்குள் மறைந்து கொண்டிருந்தது.

– 1976

நிலை

சதை விழுந்த சோர்ந்த முகத்துடன் வராந்தாவில் நின்றிருந்த ஜெயாவுக்கு பால்கனிக்கு ஓடவேண்டுபோல இருந்தது. திருமணமாகி இந்த வீட்டிற்கு வந்து இரண்டு மாதங்கள் ஆனாலும் அவளை ஆட்கொண்டிருக்கும் பயம் விலகவில்லை. கனவிலும் நினைத்துப் பார்க்காத செல்வத்திற்கு அவள் சொந்தக்காரி. ஆனாலும் இந்த வீடும், மக்களும் தன்னை ஏற்றுக்கொள்ளாதவாறு, தான் மட்டும் தனித்துவிடப்பட்டவள் போலத்தோன்றியது. எதற்கு? அவளுக்கே புரியவில்லை. இனி மற்றவரிடம் எப்படிச் சொல்லமுடியும்?

இதை விடப் பெரிய பங்களாவை யார் விரும்புவார்கள்? விசாலமான கதவு, சன்னல்கள்; உயரமான கூரை. நிலத்தில் பதித்த வண்ண வண்ணக் கற்கள்; கீழ் சுவர்களில் பொருத்திய பலகைகள். தேக்கு மரத்தால் செய்த மேசை, நாற்காலிகள், அலமாரிகள். சுவர்களில் இந்த ஊரில் பார்க்க முடியாத இயற்கைப் படங்கள். சிமெண்ட் பூசிய வராந்தா. சுற்றுச் சுவரின் நீள அகலத்திற்கு வளர்ந்த செம்பருத்திப் புதர்; ரோசா, காசித்தும்பை, கனகாம்பரம், நிலசம்பங்கி வளர்க்கும் தொட்டிகள். கொடிகளைப் படரவிட்ட இரண்டு அழகிகள் இருக்கும் பெரிய இரும்பு நுழைக்கதவு. எல்லாவற்றையும் விட மிக விசாலமான பால்கனி. இங்கே உட்கார்ந்து முற்றத்தின் அழகையும், அதைத் தாண்டிய 'கூவம்' நதியையும்,

எஸ். திவாகர்

குடிசைகளையும், அவற்றில் மூச்சுவிடும் வாழ்க்கையையும், தொலைவில் இருக்கும் மாடி வீடுகளையும் பார்க்கலாம். மாலை வேளையில் வீட்டார் எல்லோரும் இங்கே அமர்ந்து அரட்டை அடிப்பதும் உண்டு.

சன்னல்களுக்குத் திரை கிடையாது. ஜெயா கொசுக்களுடன் வாழப் பழகவேண்டி இருந்தது. பகலிலும் இரவிலும் காதைக் கடிக்கும் கொசு. ஒரு இடத்தில் சிறிது நேரம் நின்றாலும் போதும். சேலைக்கு கீழே இருந்து புகுந்து முழங்கால் சந்துகளைக் குத்தும், தலைமுடியில் சிக்கிக்கொண்டு ஓலமிடும் கொசு. சன்னல்களுக்கு திரை போட்டால் மூச்சுவிடமுடியாது. கதைவைச் சாத்தினால் வெப்பம். முழு அழகாக நின்றிருந்த இந்த வீடும், இந்த கொசுக்களும் ஒரு வகையில் பயத்தை ஏற்படுத்தின.

இந்த பயம் எல்லைமீறி வளர்ந்தது. ஜெயா குடிசைகளின் நடுவில் யானைக்கால் வியாதியால் தவிப்பவர்களைப் பார்ப்பாள். நிறைந்த சாக்குப் பைகளைப்போல குண்டாக ஊதிவிட்ட கால்களைப் பிரயாசையுடன் இழுத்துக்கொண்டு நடப்பவர்களைப் பார்த்து ஜெயா நடுங்கியதும் உண்டு. இரவு கொசுவலையைப் போட்டுக்கொண்டு படுப்பதோடு சரி. ஆனால் பட்டப் பகலில் முடிகள் இல்லாத தன் முழங்காலில் ஏதாவது உராய்ந்தால் போதும் ஜெயா அதிர்ச்சியடைந்து வீடு முழுவதும் ஓடுவது சாதாரணம். இந்த சூழ்நிலைக்குத் தான் அந்நியள் என்ற கற்பனையே இத்தனை குழப்பங்களுக்கும் வழி வகுத்தது.

திருமணமான புதிதில் எவ்வளவு சிரிப்பு இருந்தது! முழங்காலுக்குக் கீழே இறங்கிய தன் சடையைப் பார்த்து மக்கள் வாய்பிளந்தார்கள். மின்னும் கண்கள், சிறிது நீளம் என்று தோன்றினாலும் நிறைந்த கன்னங்களுக்கு நடுவில் எடுப்பான மூக்கு, திறக்கும்போதெல்லாம் உருண்டையாக அசையும் வாய், சிரித்தால் குழிவிழும் கன்னம் . . . ஆனால் சிரிக்கவேண்டுமே! யாராவது தன்னை உற்றுநோக்கினால் போதும், உடம்பெல்லாம் நடுங்கும்.

இந்த வீட்டைக் கட்டியபோது சுற்றி இருந்த இடங்கள் உண்மையாகவே அழகாக இருந்தன. அப்போது இத்தனை மக்கள் இருக்கவில்லை. 'கூவம்' நதியாகவே ஓடிக்கொண்டிருந்தது. ஆனால் சனத்தொகை பெருகியது. வீட்டுக்கு எதிரே தெருத் திருப்பத்தில் ஒரு சாராயக் கடை தொடங்கியது. நதிக்கு அந்தப் பக்கம் குடிசைகள் எழுந்தன. அங்கே மூச்சுவிடும் வாழ்க்கை வெளியே எல்லாம் புகைந்தது; சச்சரவை எழுப்பியது. கிழிசல்களை உடுத்திய, வெற்றுடம்புடன் பிள்ளைகள் குப்பையிலும், மண்ணிலும் பன்றி, நாய்களுடன் போட்டி போட்டார்கள். இப்போது 'கூவம்'

குப்பை, மல மூத்திரங்களின் நாற்றத்தில் நிறைந்த ஒரு பெரிய சாக்கடை. அது நாளுக்கு நாள் அருகில் இருக்கும் தெருவை மெல்ல மெல்ல விழுங்கத் தொடங்கியது. எலும்பைக் கடித்துக் கொண்டிருந்த நாய் ஒன்று இந்த குப்பையிலேயே தியானித்து எழுந்து உடம்பை குலுக்கினால் போதும், 'குய்' என்றும் ஈக்கள் எழும். வாழ்க்கை எப்படி வலியை ஆராதிக்கிறது என்பதைப் போன்ற தரித்திரம். மக்களுக்கு ஒன்றும் குறைவில்லை. இந்தத் தெருவில் விடிந்தால் போதும், பேருந்துக்கோ, மின்சார இரயிலைப் பிடிக்கவோ, தலை வாரிக்கொண்டு, துவைத்த ஆடையை உடுத்திக்கொண்டு ஓடும் ஆண்கள், பெண்கள், பிள்ளைகள். தொடர்ச்சியாகப் பல நாட்கள் மழை வந்ததால் பாதங்களை மூடும் அளவிற்கு உருவாகிவிட்ட சகதியில் வீடுகளை நோக்கி நடந்து வரும் அவர்களை ஜெயா கண்கொட்டாமல் பார்த்ததுண்டு. மழை வரும்போது உடம்பு முழுக்க சேற்றைப் பூசிக்கொண்டு திரிவதென்றால் குழந்தைகளுக்குக் கொண்டாட்டம். பிறகு இவற்றை எல்லாம் பார்க்க வேண்டியதில்லை, காதை நீட்டினால் போதும். அந்த சத்தமும் கூச்சலும் சுற்றி இருக்கும் துயரமான சூழ்நிலையைக் காட்சிப்படுத்தும்.

'கூவம்' அருகிலேயே பால்கனிக்கு எதிரில் குடிசை ஒன்றில் அண்ணாமலை என்ற முதியவர் இருந்தார். மாலையானால் போதும் குடிசைக்கு வெளியே வந்து அமர்ந்து ஒரு மத்தளத்தை அடித்துக்கொண்டு பாடுவது அவர் வேலை. நெஞ்சுக்கூட்டை மொத்தமாகக் காட்டும் அவர் மார்பின் மீது துணி கிடையாது. பழங்காலத்துத் தமிழ்ப் பாட்டுக்களை மத்தளத்துத் தாளத்துக்குத் தகுந்தபடி கண்மூடிக்கொண்டு பாடும் அவர் உடம்பிலிருந்து பொலபொலவென்று வியர்வை வழியும். தங்கள் பால்யத்தில் கேட்காதிருந்த இந்தப் பாட்டுகளுக்கு மனம் மயங்கி மற்ற குடிசை ஆண்கள் அவரைச் சுற்றிக்கூடி நின்று குரல் சேர்ப்பார்கள். சில இளைஞர்கள் கைதட்டி ஆடுவார்கள். அண்ணாமலையைக் கிண்டல் செய்ய இந்தக் காலத்து குடிசைச் சிறுவர்கள் எம்ஜிஆர் சினிமாப் பாட்டுக்களைத் தொடங்கும்போது சுற்றி நிற்பவர்கள் கல் எறிந்து அவர்களை விரட்டுவார்கள். சிறுவர்கள் திரும்பவும் 'கூவம்' குப்பையோடு ஒட்டிக்கொள்வார்கள். பால்கனியில் நின்று இந்த அந்நிய கானத்தைக் கண் விரித்துக் கேட்கும் ஜெயா இன்னும் அதிகமாக வியர்ப்பாள்.

தான் மோகனை மட்டும் திருமணம் செய்துகொள்ள வில்லை என்றும், வீட்டில் அவன் தாய், தம்பிகள், தங்கைகள், அவர்களுடைய மனைவிகள் மற்றும் கணவர்கள் கூடவே அவர்கள் பிள்ளைகளையும் சேர்த்தே செய்துகொண்டது போலவும் தோன்றும். ஜெயாவுக்கு ஒரு வகையில் இந்த வீடு, வெளியே

குடிசைப்பகுதியோடு பொருந்திப்போவதைப்போல இருந்தது. இரவானதும் வீட்டு வராந்தாவில் எல்லோரும் கூடி, அக்கம் பக்கத்து வீட்டாருடன் உயர்ந்த குரலில் அரட்டை அடித்துக் கொண்டு உட்காரும்வரை, கேட்டுக்கு வெளியே அண்ணாமலை யின் மத்தளம் மற்றும் பாட்டுச் சத்தத்துடன் சிலர் சம சுருதியில் பிச்சைக்காக சத்தமிடும் அவர்களுக்கு மகிழ்ச்சி ஏற்படாது. இப்படியான சூழ்நிலையில் வளர்ந்து வந்திருந்தால் ஜெயாவுக்கும் மகிழ்ச்சியாக இருந்திருக்கலாமோ என்னமோ. ஆனால் இப்போது நீண்ட மௌனமே அவளுடைய அந்தரங்கத்துக்குப் பாதுகாப்பாக இருந்தது.

முதலில் ஜெயா, மோகன் இருவரும் கீழே வசித்து வந்தார்கள். புதிதாகத் திருமணம் ஆகியிருந்ததால் காதல் பொங்குவது இயற்கை. அத்தனை வெப்பத்திலும் அவர்கள் தினமும் கலவியில் ஈடுபடுவார்கள். சன்னலை மூடாமல் விட்டால் வெளியே இருப்பவர்களுக்கு தெளிவாகத் தெரியுமே என்னும் அச்சம்; மூடினால் மூச்சுவிட முடியாது. மதில்களைச் சுற்றி சமனாக வெட்டிவிடும் செம்பருத்திப் புதரை வளரவிட்டால் வீதிக்கு மறைவாக இருக்கலாம். தோட்டக்காரனிடம் வெட்ட வேண்டாம் என்றாள். செம்பருத்தி வளர்ந்து மதில் சுவருக்கு வெளியே வீதி மாடுகளைக் கைநீட்டி அழைத்தது. தினமும் ஒடிசலான மாடுகள் செம்பருத்திக் கிளைகளில் வாய் வைப்பதைப் பார்த்து ஜெயா துயரமுறுவாள். இத்தனை நாள் தோட்டக்காரன் செய்த வேலையை இப்போது மாடுகளே செய்யத் தொடங்கியதும் முன்புபோலவே பிச்சைக்காரர்கள், தள்ளுவண்டியில் காய்கறி விற்பவர்கள், குறும்புப் பையன்களின் கண்கள் ஜெயாவின் அறையை அளக்கத் தொடங்கின.

விதி இல்லாமல் அவர்கள் பால்கனியின் பக்கத்து அறைக்கு மாறினார்கள். மாடியில் வெயில் பயங்கரம்! கூரையைச் சுடும் வெயில் உள்ளே தரை, கட்டில், துணிமணி, பாத்திரம் எல்லாவற்றையும் சூடாக்கும். மதராசில் கடலின் இதமான காற்று வீசும் என்று கேள்விப்பட்டிருந்தாள். உண்மை. அந்தக் காற்றிற்காக இரவுவரை காத்திருக்கவேண்டும். காற்று மட்டுமே வந்தால் பரவாயில்லை. ஆனால் கூவத்தின் வாசத்தையும் அந்தப் பக்கத்து மனித உயிர்களின் வாசத்தையும் எப்படி சகித்துக்கொள்வது? மதராசின் சூரியனுக்கு மனித உடலென்பது வெறும் புல்லுக்குச் சமம். தென்னங் கீற்றுகள் வேயப்பட்ட கூரைக் குடிசைகளின் மீது வெயில் அனல் கொண்ட அலையாக வீசும். இனி என்ன பற்றிக்கொண்டுவிடுமோ என்று ஜெயா பயந்ததும் உண்டு. மாலையானதும் சிறிது குளிர்ந்துவிடும் பால்கனியையும் மற்ற அறைகளையும் பத்துப் பக்கங்களிலிருந்தும் சத்தமும் இரைச்சலும்

முற்றுகை இடும். மிகுந்த ஒளியுடன் இருந்த பங்களா வெறும் எண்ணெய் புட்டிகளுடன் மினுக்கிக்கொண்டிருந்த குடிசைகள் வாழ்க்கையைப் பிரகாசமாக்கியது. நேரம் போகப்போக தமுக்கு, கத்தல், நாயின் குரைப்பு, சிரிப்பு அனைத்தும் காற்று கொண்டுவரும் துர்நாற்றத்துடன் ஜெயாவை ஆக்கிரமித்துக் கொள்ளும். ஒவ்வொருநாளும் நடு இரவுவரை நீளும் கடுமையான இரைச்சல். மூக்கு முட்டக் குடித்துவிட்டு கெட்ட வார்த்தைகளைக் கத்தியபடி தன் குடிசைக்கு வந்த கூலிக்காரன் ஒருவன் மற்றவனுடன் தன் மனைவியைப் பார்த்து, பக்கத்துக் குடிசைக்காரர்களை நியாயம் கேட்க அழைத்து கோடாலியைத் தூக்கினான் அல்லது மூத்திரம் கழிக்க எழுந்த ஒருத்தி அருகில் இருந்த கணவனைத் தேடிக்கொண்டு தனக்குச் சந்தேகமான மற்றொருத்தியின் குடிசைக்கு முன் நின்று கத்தினாள். இந்த இரைச்சலால் பங்களா முழுவதும் அதிர்ந்துபோகும். பிறகு ஒருவர் மற்றவரை அடித்துத் திட்டி நிலம் நடுங்குவதுபோல வீரத்தைக் காட்டும்போது எல்லாக் குடிசைக்காரர்களும் சண்டையை விடுவிக்கும் நேரத்தில் சில சமயங்களில் போலீஸ்காரர்கள் வருவார்கள்.

இவை எல்லாம் வீட்டுக்கு வெளியே காணப்பட்ட உலகம். ஆனால் ஜெயா சில நேரம் குழப்பமடைவது, வீட்டுக்குள்ளிருந்தே எழும் சத்தத்திற்கு. படுக்கும்வரை ரேடியோ அலறும். இதனுடன் கொழுந்தன் ஜாஸ் இசையைப் போட்டுக்கொண்டு தன் நண்பர்களுடன் கைதட்டலுடன் ஆடுவான். பிள்ளைகள் கத்தினால் காதுகேட்காமல் அரட்டை அடிக்கும் நங்கைமார்கள். இந்தப் பைத்தியக்கார சத்தத்தில் ஜெயாவுக்கு தன் பால்ய காலத்து நினைவுகள் எல்லாம் நிழல்களைப்போல பறந்துபோகும். மீதமிருப்பது என்ன ? இந்த சச்சரவுகளின் பைத்தியக்காரத்தனம் தன்னைவிட அதிக இயல்பானது என்று தோன்றாமல் இல்லை.

குடிசைகள் முடியும் தெரு முனையில் கூடை பின்னும் தொழில் நடந்து கொண்டிருந்தது. அந்தக் குடிசைகளுக்கு நடுவில் வசித்து வந்த ஒரு கிழவி சில வருடங்களுக்கு முன்பு அங்கே கூடை பின்னும் வேலையில் இருந்தாள். பைத்தியம் பிடித்துவிட்டது என்று அவளை வேலையில் இருந்து விலக்கிவிட்டார்கள். இந்தப் பல் இல்லாத சிக்குச் சிக்கான அழுக்கு முடிக் கிழவி விடிந்தால் போதும், படபடவென்று ஆரம்பித்து விடுவாள். முழங்காலுக்கு மேலே தூக்கிக் கட்டிய அழுக்குப் படிந்த சேலை அவளுடைய வற்றிய முலைகளை மூடித் திறந்தது. ‘கூவத்தில் இறங்கி பன்றிகளுக்கு அருகில் கிழிந்த துணிகளையும், பாட்டில் டப்பாக்களையும், காகிதத் துண்டுகளையும் பொறுக்கிக் கொண்டிருந்தவள் திடீரென்று தன்னுணர்வே இல்லாமல்

திரிந்துகொண்டிருப்பவர்களுக்கு எப்படி கூடை பின்னுவது என்பதை உரக்கக் கத்தி விவரிப்பாள். யாரும் தன் பேச்சை கவனிக்காதபோது, தெருவில் நடப்பவர்களின் தோள்களைப் பிடித்து நிறுத்தி, தான் வேலையை இழந்த கதையைச் சொல்வாள். சிலர் அவள் கையை விலக்கிவிட்டு கைக்குட்டையால் அவள் தொட்ட இடத்தைத் துடைத்துக்கொண்டு ஓடினால், இன்னும் சிலர் வேடிக்கையாக கலகலவென்று சிரிப்பார்கள். அவள் குரலைக் கேட்டால் ஜெயா நடுங்குவாள். ஒருநாள் கபாலீஸ்வரர் கோவிலுக்குப் போய்விட்டு மாலையில் அதே வழியில் நடந்து வரும்போது அந்தப் பைத்தியக்காரி ஜெயாவின் தோள்களைப் பற்றி, கூடை பின்னிக் கொண்டிருந்தவர்களின் அருகே தரதரவென்று இழுத்துக்கொண்டு போய் வாயில் வந்தபடி திட்டத் தொடங்கினாள். அங்கே இருந்தவர்கள் எல்லாம் கொல்லென்று சிரிக்க உடல் வலிமையை இழந்த ஜெயா பொலபொலவென்று அழுதுகொண்டே அங்கே இருந்து பைத்தியம்போல வீட்டிற்கு ஓடிவந்தாள்.

அநேகமாக இந்தக் காரணத்திற்காகவே ஜெயா தனக்காக ஒரு வேலைக்காரியை வைத்துக்கொள்ள விரும்பினாள். வள்ளியம்மா வீட்டுக்கு வந்தது இப்படித்தான். பல நாட்கள் அவள் தெருவில் இந்தப் பக்கத்திலிருந்து அந்தப் பக்கத்திற்கும், அந்தப் பக்கத்திலிருந்து இந்தப் பக்கத்திற்கும் தன்னைப் பார்த்துக்கொண்டே நடந்ததை ஜெயா பால்கனியிலிருந்து பார்த்திருக்கிறாள். ஒருநாள் தன்னை அறியாமலே அவளைப் பார்த்து புன்னகை புரிந்தபோது வள்ளியம்மா உடனே நின்று "ஏதாவது வேலை இருக்கிறதா ?" என்று கேட்டாள். அவளுடைய தமிழ் எளிதாக இருக்கவில்லை. ஆனால் ஜெயாவுக்கு பாலைவனத்தில் தண்ணீரைப் பார்த்ததுபோல மகிழ்ச்சியாக இருந்தது. வள்ளியம்மா தன் கேள்வியை மறுபடிக் கேட்கும் போது மோகனனின் கார் வந்தது. அவனும் அவளைப் பார்த்துவிட்டு வேலைக்கு வைத்துக்கொள்ளலாம் என்று சொன்ன பிறகு அத்தையையும் கேட்கவேண்டியிருந்தது. அவள் அறிமுகமில்லாதவரை வீட்டில் வைத்துக்கொள்வது நல்லதல்ல வென்றும் அவர் கை சுத்தமாக இருக்காதென்றும் முனகிவிட்டு, பிறகு 'நீங்களே முடிவெடுங்கள்" என்றாள். வீட்டின் பின்புறம் மாட்டுக் கொட்டகைக்கு பக்கத்து அறை வள்ளியம்மா வசிக்கும் இடமானது.

வள்ளியம்மா தன் ஊர் பழனி என்றாள். ஜெயாவுக்கு உடனே முந்தாநாள் நடந்த கிருத்திகைத் திருவிழாவில் குடிசைகளின் ஓரத்தில் போட்டிருந்த பந்தலிலிருந்து சீர்காழி கோவிந்தராஜன் கச்சேரியில் 'பழனி மலையாளும் ...' பாடியது நினைவுக்கு வந்தது.

ஆனால் போகப்போக வள்ளியம்மாவின் ஊர் பழனி அல்ல என்று தெரிந்தது. துறைமுகத்திற்கு பக்கத்தில் ஒரு குப்பத்தில் அவள் குடிசை இருந்தது. அவள் அம்மா மற்றொரு பைத்தியம். அனேகமாக அவள் பைத்தியத்திற்கு இந்த மகளின் சாகச வாழ்க்கையே காரணமாக இருக்கலாம். இந்தப் பைத்தியம் மவுண்ட் ரோடின் நடுவே நின்றுகொண்டு போய்வரும் வாகனங் களை நிறுத்துவாள். காய்ந்த பூக்கள், குச்சிகள், காய்ந்த இலைகள், காகிதத் துண்டுகள் அவள் தலையை அலங்கரிக்கும். தன் குச்சிக் கால்களை காற்றில் வீசிக்கொண்டு, தன் அந்தக் காலத்து இளமையைக் குறிக்கும் உறுப்புகளை எந்த வெட்கமும் இல்லாமல் அனைவருக்கும் தெரியும்படியாக ஆட்டுவாள். நடுத் தெருவில் நடக்கும் இந்த ஆட்டத்தால் வாகனங்கள் ஒன்றன் பின் ஒன்றாக மைல்கணக்கில் நின்று காது கிழியும்படி கத்தும்; ஓட்டுனர்கள் சபிப்பார்கள். ஒவ்வொருவருடைய திட்டும் அவளுக்கு பாராட்டுப்போலத் தெரிந்தது. ஆடி ஆடி சோர்ந்து போன பிறகு அவள் தெரு ஓரத்திற்கு போய் தன் தலையிலிருக்கும் பூக்களை வாகனங்களின் மீதும் மக்களின் மீதும் மிகவும் மகிழ்ச்சியுடன் வீசுவாள்.

வள்ளியம்மாவுக்கு ஒரு கணவனும் இருந்தான். மூன்று நேரமும் குடித்துவிட்டுத் திரியும் அவன் ஒரு பொறுக்கி. வாழ்க்கையில் மிகவும் சோர்வடையும்போது மட்டுமே அவன் துறைமுகத்தில் படகிலிருந்து சரக்கை இறக்கப் போவான். இரண்டு குழந்தைகள் வேறு. பெரிய மகன் திருடுவதில் திறமைசாலி; இரண்டு முறை போலீஸ்காரர்களிடம் அகப்பட்டு உதை வாங்கி இருக்கிறான். இப்படிப்பட்ட குடும்பத்தைப் பார்க்க முடியாமல் வள்ளியம்மை வேலைக்கு வந்திருக்க வேண்டும். இவை எல்லாம் தெரிந்தது இரண்டு வாரங்களுக்குப் பிறகு. இது தெரிந்த முறையோ மிகவும் அருவருப்பை ஏற்படுத்தக்கூடியது. ஆனாலும் ஜெயாவின் மனதை உறுத்திக்கொண்டிருந்த ஏதோ அச்சம் குறைந்தது. பிரசவத்திற்கென்று வந்த மோகனனின் தங்கை ஒருத்தி வள்ளியம்மாவுடன் மோகனன் சரசமாடுவதைப் பார்த்து எரிச்சலடைந்திருந்தாள். ஜெயா காதை மூடிக்கொண்டாலும் அவளுடைய பேச்சுகள் குடலைப் பிடுங்குவதுபோல இருந்தது. வெளிப் பைத்தியம் இப்போது மெல்ல வீட்டை விழுங்குகிறது என்ற பயம் வேறு.

மறுநாள் இந்த பயத்தோடு வேறொரு சம்பவமும் சேர்ந்துகொண்டது. ஜெயா நாளிதழைப் பார்த்துக்கொண் டிருந்தாள்; வள்ளியம்மா வராந்தாவைப் பெருக்கிக்கொண் டிருந்தாள். திடீரென்று இரும்பு கேட் திறந்துகொண்டது. காய்ந்த பூக்களின் மாலையைப் போட்டுக்கொண்டு ஆடிக்கொண்டிருந்த

வள்ளியம்மாவின் அம்மா, குடிபோதையில் கண்களை சிகப்பாக்கிக்கொண்டு, அலறிக்கொண்டிருந்த பிள்ளையை கக்கத்தில் வைத்திருந்த கணவன், அவனுக்குப் பின்னாலேயே நின்றிருந்த மகன், கூட மற்ற இரு ஆண்கள் - எல்லோரும் ஒன்றாக உள்ளே நுழைந்தார்கள். எப்படியோ அவர்களுக்கு வள்ளியம்மை இருந்த இடம் தெரிந்துவிட்டது. கணவன் அக்குளில் இருந்த பிள்ளையை அம்மாவிடம் கொடுத்து, வேகமாக வந்து வள்ளியம்மையின் முடியைப் பிடித்து தரதரவென்று கேட் பக்கம் இழுத்துக்கொண்டு போனான். வள்ளியம்மா அவன் பிடியிலிருந்து விடுவித்துக்கொள்ளப் போராடி வாயில் வந்தபடி திட்டத் தொடங்கினாள். கணவன் மனைவி இருவரும் அடித்துக்கொண்டார்கள். பைத்தியம் பிள்ளையுடன் அவர்கள் இருவரையும் சுற்றி வந்து ஆடத் தொடங்கினாள். சத்தம் கேட்டு வெளியே வந்த சமையல்காரர் போலீசைக் கூப்பிடுவதாக பயமுறுத்தினான். உடனே பைத்தியமும் பிள்ளைகளும் கதறி அழத்தொடங்கினார்கள். பிள்ளைகளின் கதறலோ அல்லது கணவனின் அடிகளோ வள்ளியம்மாவின் பெண் மனதைத் தொட்டது. அவள் இந்த வீட்டையும் மோகனனையும் ஜெயாவையும் துறந்து தன் குடும்பத்துடன் புறப்பட்டுப் போனாள். அத்தை "தெருவில் இருப்பவரை வீட்டிற்கு அழைத்துவந்தால் வேறென்ன நடக்கும்" என்று சலித்துக்கொண்டாள்.

ஜெயாவுக்கு இப்போது கடந்த காலத்து நினைவுகள் அனைத்தும் வரத்தொடங்கின. மைசூரில் படிக்கும்போது மோகனன் அறிமுகமானது. அவனுடைய மென்மையான பேச்சுக்களுக்கு பின்னால் எப்படிப்பட்ட கடுமையான ஆளுமை உள்ளது என்பதைத் தெரிந்துகொள்ள திருமணமாகி இங்கே வரவேண்டி இருந்தது. ஊரில் அவள் செல்வந்தர் வீட்டில் வளர்ந்தவள். அப்பா இறந்து பல ஆண்டுகள் கழிந்து விட்டன. இருந்த சொத்தைப் பார்த்துக்கொண்டிருந்த அம்மா பிள்ளைகளின் கல்விக்கு எல்லா வசதிகளையும் செய்து தந்தாள். முப்பாட்டன் காலத்திலிருந்து மதராசில் வீடு வைத்திருந்த மோகனனின் அப்பாவும் அம்மாவும் பரம்பரைப் பணக்காரர்கள். கல்லூரியில் சேரும்வரை ஊரில் தனியாக வளர்ந்திருந்த ஜெயா மோகனனிடம் நெருக்கத்தைக் கண்டாள். ஆனால் திருமணமான பிறகு, இந்த மதராசில் இந்த வீட்டில் வாழ்வது என்றால் அவளுக்குப் பெரும் வேதனை. ஏதோ நினைவுக்கு வந்தவள் போல ஜெயா தன் பீரோவைத் திறந்து பார்த்தாள். அவளைப் பார்த்து ஏளனம் செய்வதைப்போல இருந்த ஒரு கடிதத்தைக் கையில் எடுத்துப் பார்த்தாள். ஆம், அவள் எழுதியதுதான்:

“மொட்டை மாடியில் ஷால் போர்த்தி உட்கார்ந்துகொண்டு உனக்கு இந்தக் கடிதத்தை எழுதுகிறேன். ஷால் ஷால்தான் அல்லவா? என்னையே தூக்கிக்கொண்டு போவதுபோல வீசும் காற்று இங்கே. மோகன், தொலைவில் ஒரு சவுக்கு மரம் நிர்வாணமாகி பலவீனமாக வானத்தைப் பார்க்கிறது. வெண்பறவை ஒன்று தன் துணைக்காக மகிழ மரத்திலிருந்து மாமரத்திற்கும், மாமரத்திலிருந்து பலா மரத்திற்கும் பறந்துகொண்டே தவிப்புடன் தேடுகிறது. சவுக்கு மரத்து உச்சியில் ஏறி இணைசேர்ந்த இரண்டு மைனாப் பறவைகள், கோயில் மதிலில் ஏறி புணர்ச்சிக்காகத் துடித்து வேதனையுடன் கரையும் காகம். இந்தக் கிராமத்து வெறிச்சோடிய வாழ்க்கையிலும் நடக்கக்கூடிய, நடக்கவேண்டிய எல்லாச் செயல்களும் நடந்துகொண்டே இருக்கின்றன. பயங்கரமான குளிர், சடசடவென்று விடாமல் பொழியும் மழை. என் அம்மா கோடையில் செய்துவைத்த பலா அப்பளத்தை சுட்டுக்கொடுக்கிறாள். குளத்தின் அருகில் வீட்டு வேலைக்காரன் முனியனின் எந்த ராகத்திற்கும் பொருந்தாத பாட்டு கேட்கிறது. எதிரே கற்குன்றின் பக்கத்துக் காட்டிலிருந்து பெண்கள் எந்தவித வெட்கமும் இல்லாமல் சேலையை முழுதும் மேலே தூக்கி கீரையைச் சுமந்துகொண்டு மெல்ல நடந்து குன்றிலிருந்து இறங்குகிறார்கள். எவ்வளவு நாள் மோகன்? எனக்கோ உடனே இப்போதே உன் தோளோடு ஒட்டிக்கொள்ள ஆசையாக இருக்கிறது . . .” கடிதத்தைப் படிக்கும்போது ஜெயாவுக்கு அழுகை வந்தது . . .

ஒருநாள் மோகன் அவளுக்காக ஒரு பூனையைக் கொண்டு வந்தான். புனுகுப் பூனை. தன் தடித்த வாலை ஆட்டிக்கொண்டு அது குதிப்பதைப் பார்ப்பதே ஜெயாவுக்கு ஒரு மகிழ்ச்சி. அதன் மென்மையான உடல் எப்போதும் அவள் மடியைக் கதகதப்பாக வைத்திருக்கும். எங்கே தன்னை விட்டுப் போய்விடுமோ என்ற பயம் வேறு. போதாதற்குப் பெண் பூனை. ஒருநாள் மாலை சமையலறையிலிருந்து ஆண் பூனையொன்று தப்பித்து ஓடுவதைக் கண்ணாரப் பார்த்தாள். இப்போது பூனையைக் காப்பாற்றுவதே பெரிய வேலையானது.

இதற்கிடையே வீட்டில் ஒரு துயரமான சம்பவம் நடந்தது. மோகனனின் தம்பி மகன் ஒருவனுக்கு அரைப் பைத்தியம். அநேகமாக அந்தச் சிறுவன் குடிசைப்பகுதியில் வசிக்கும் பையன்களைப் பின்பற்ற முயன்றானோ என்னவோ. வராந்தாவில் கோலம் போட்டுக்கொண்டிருந்த அம்மாவைப் பார்த்த அந்தப் பன்னிரெண்டு வயதுப் பையன் வெகு உற்சாகமாக வராந்தா மூலைக்கு ஓடிவந்து பெரிய கல்லை எடுத்தான்.

"மம்மி, இதை உன் மேல போடறேன்"

அவள் நம்பவில்லை. "அப்படி எல்லாம் செய்யக்கூடாது கண்ணு, கல்லைத் தொடாதே" என்று தன் கோலத்தில் மெய்மறந்தாள்.

சிறுவன் விடவில்லை. கல் அவளுடைய முதுகெலும்பை முறித்தது. விளைவாக, இடுப்பிலிருந்து கீழே அவளுக்கு பக்கவாதம் ஏற்பட்டது. ஆட்கள் அவளை படுக்கைக்கும், சக்கர நாற்காலிக்கும், காருக்கும் ஏற்றி இறக்க வேண்டியதானது. சிறுவனை மன நல மருத்துவமனைக்கு அனுப்பினார்கள். அவ்வப்போது அம்மாவின் கையால் உடலை வருடிக்கொள்ள வருவான். கணவன் மட்டும் மனைவியிடம் கருணையுடன் நடந்துகொண்டான். ஆனால் அடிக்கடி அவன் வியாபார விஷயமாக பல இடங்களுக்குப் போகவேண்டி இருந்தது. பிறகு நாளுக்கு நாள் அவன் தொழில் வளர்ச்சி அடைந்தது.

பிறகு ஒருநாள் பூனை தப்பித்துக்கொண்டு ஓடிவிட்டது. ஜெயா அதனுடன் போதுமான அளவுக்கு விளையாடி, பாலை வைத்துவிட்டு குளியலறைக்குச் சென்றாள். சிறிது நேரத்தில் பால்கனியில் இருந்து "மியாவ்" கேட்டது. குளிக்கத் தொடங்கியவள் உடனே ஓடிவந்தாள். உடம்பில் பாவாடை மட்டுமே இருந்தது. உள்ளே இருந்து தப்பி ஓடிய பூனை இப்போது பால்கனி ஓரத்தில் உட்கார்ந்து வெளி உலகைப் பார்த்துக்கொண்டிருந்தது. ஜெயாவைப் பார்த்ததும் அது கீழே தாவி பக்கத்துவீட்டு செவ்வந்தி மரத்தில் ஏறியது. ஜெயா பீதியடைந்தாள். பைத்தியம் போல அலறினாள். இயலாமையால் தன் அரை நிர்வாணத்தின் உணர்வே இல்லாமல் பால்கனியில் அங்குமிங்கும் ஓடிக்கொண்டே, ஆட்களையும், பூனையையும் பார்த்து உலகம் முழுவதற்கும் கேட்கும்படியாக கூவிக் கத்தினாள். அவளுடைய பந்து முலைகள் ஆடின. வீட்டு ஆட்களும், சமையல்காரரும் என்ன விபரீதம் நடந்ததோ என்று வராந்தாவுக்கு ஓடிவந்தார்கள். செய்தி அறிந்ததும் அவர்கள் வராந்தாவில் ஓடிக்கொண்டே தடியாலும், கல்லாலும் செவ்வந்தி மரத்தின் மேலிருந்த பூனையை இறக்க முயன்றார்கள். காம்பௌண்டிற்கு வெளியே இருந்த உலகம் சும்மா இருக்கவில்லை. பல குடிசை மக்கள், வழிப்போக்கர்கள் கூட்டம் கூடி ஜெயாவின் பந்து முலைகளையே வியப்போடும், ஆர்வத்தோடும் பார்த்து நின்றார்கள். பூட் பாலிஷ் செய்யும் பையன் ஒருவன் உள்ளே தாவி சர சரவென்று செவ்வந்தி மரத்தில் ஏறினான். ஜெயா நின்றிருந்த பால்கனி உயரத்துக்கு ஏறிய பிறகு அவன் ஏறுவதை நிறுத்திவிட்டு பால்கனியின் பக்கம் வெறி கொண்ட கண்களுடன் பார்க்கத் தொடங்கினான்.

இதிகாசம்

எல்லோரும் அனுதாபத்தை வெளிப்படுத்தினார்கள். ஆனால் பூனை ஜெயாவின் அழைப்பிற்கு செவிசாய்க்காமல் சட்டென்று மரத்திலிருந்து மதில் சுவர் மீது தாவி, அங்கே இருந்து சர்ரென்று தெருவில் குதித்து கூவத்தைக் கடந்து குடிசைக்கு நடுவில் மாயமானது.

மோகன் வீட்டுக்கு வந்தபோது ஜெயா அழுதுகொண்டே படுக்கையில் உருண்டுகொண்டிருந்தாள். மாலையின் அந்த மங்கிய ஒளியில் அவள் மிக அழகாகத் தெரிந்தாள்.

“எதற்காக அழுகிறாய்?” என்றான் மோகன்.

“பூனை . . . என் பூனை” என்று தேம்பினாள்.

மோகன் மெல்ல புன்னைகைத்து “அழவேண்டாம்” என்றபடி அவள் மேல் உருண்டான். மெல்ல அல்ல; இராட்சசனைப் போல. ஜெயா மெல்ல துடித்து கால்களைப் படபட என்று வீசி, அவனைக் கடித்தாள்; நகத்தால் கீறினாள். ஆனால் மோகன் வழிக்குக் கொண்டுவருவதில் திறமைசாலி. சின்னக் குழந்தையின் கையை விடுவிப்பதைப்போல ஜெயாவின் கையை விடுவித்தான். அவளுடைய சொரசொரப்பான உடம்பு அவன் கைத் தடவலில் மிருதுவானது.

“நான் உன்னை மிகவும் காதலிக்கிறேன் ஜெயா” என்று மோகன் காதுகளில் சொல்லும்போது வெளியே அண்ணாமலையின் மத்தளச் சத்தம் கேட்டது.

— **1978**

மிருத்யுஞ்சயன்

டி செக்ஷன் மேசை. அதன் மேல் வெள்ளைப் போர்வையில் பிணம். அவன் அந்த விசாலமான அறையைச் சுற்றி பார்வையைப் படரவிட்டான். யாரும் தெரியவில்லை. சுவர்கள், மேசைகள், அறுவை உபகரணங்கள், ஏப்ரன், பிணத்தைப் போர்த்தியிருக்கும் போர்வை எல்லாம் வெள்ளை வெளேரென இருந்தன. கையுறையில் இருந்த அவன் கைகளும் வெள்ளையாக இருந்தன. தலைப் பகுதியிலிருந்து பிணத்தின் மேலிருந்த போர்வையை சற்றே விலக்கினான். இறந்த மனிதனின் தலை. ஆண். வெயிலில் சிக்கி களை இழந்த சருமம். வலிமையான எலும்புகளின் தாடை. திறந்த கண்கள் இப்போது சாம்பல் நிறத்திற்கு மாறியிருந்தன. இடது கண்ணுக்குப் பக்கத்தில் இரண்டு காயங்கள். மழிக்காத தாடியில் ஓரிரு நரைமுடிகள். அநேகமாக நோய்வாய்ப்பட்டவனின் அல்லது தறுதலை ஒருவனின் தாடி. அவனைச் சீண்டுவதுபோல திறந்திருந்த வாய். மிகவும் வெள்ளையாக காணப் பட்ட பற்கள். எதையாவது கடிக்க அல்லது சிரிக்க நல்ல பற்கள் என்று நினைத்தான்.

இறந்துவிட்ட இந்த மனிதனுக்கு சுமார் இருபத்தி ஐந்து வயதிருக்கலாம். முகத்தில் சுருக்கமான கோடுகள். இறக்கும்போது மிகவும் வேதனையை அனுபவித்திருப்பான் போல. மிக விரைவில் வயதானவன் போலத் தெரிந்தான். கண்களுக்குக்

கீழே, உதட்டோரத்தில், மூக்குத்துவாரத்தின் அருகில், நெற்றிக்கு நடுவில் காற்றிலும் மழையிலும் உழைப்பவர்களுக்கு இருப்பதைப் போன்ற கருமையான சருமம். கூலிக்காரனோ, விவசாயியோ அல்லது வேறு யாரோ. பிச்சைக்காரனோ. பகலும் இரவும் தெருக்களில் அலைந்திருக்க வேண்டும்.

இவன் உயிருடன் இருந்தால் பூர்வீகத்தை எளிமையாகத் தெரிந்துகொண்டிருக்கலாம். "சார், நீங்கள் எங்கே வேலை செய்கிறீர்கள்" என்று கேட்டிருக்கலாம். ஆனால் மௌனத்தைத் தழுவிய இந்தப் பிணத்தை இப்போது சார் என்று அழைக்க முடியாது. வாழ்ந்திருந்தபோது இவனை சந்தித்திருந்தால்! அநேகமாக இவனை நிறுத்திப் பேசும் ஆர்வமே இருந்திருக்காது. தெருவில் நடக்கும் ஒவ்வொருவரையும் நிறுத்தி யாரும் பேசுவதில்லை. அது மட்டுமல்ல, தெருவில் நடப்பவர்களை எல்லாம் கவனிப்பதும் கிடையாது. மக்கள் சும்மா ஒருவரை ஒருவர் கடந்து போகிறார்கள் அவ்வளவுதான். அல்லது இந்த சவம் உயிருடன் இருந்தபோது மக்களை நிறுத்திப் பேசியதோ என்னவோ. கண்டறிய முடியாத வழியை அல்லது ஏதோ விலாசத்தைக் கேட்க. மணி என்ன என்று கேட்க அல்லது சில்லறை கேட்க. மக்கள் இவன் முகத்தைப் பார்க்காமலேயே சரசரவென்று நடந்து போயிருக்கலாம். தெருவில் பார்க்கும் இவனைப்போன்ற அறிமுகமற்றவனால் அவர்களுக்கு ஆகவேண்டியது என்ன? ஒருநாள் இல்லை என்றேனும் இந்த மனிதன் டி செக்ஷன் மேசையின் மீது படுப்பான் என்று இவனைக் கவனித்தவர்களும் எண்ணி இருக்கமாட்டார்கள்...

இப்போது பிணம் அவனுக்காக காத்திருக்கிறது. அனாடமி பகுதியில் ஏப்ரன், கையுறை, போர்செப்ஸ் மற்றும் ஷிகால்வெல்களைக் கொடுப்பதுபோல இந்தப் பிணத்தைக் கொடுத்திருக்கிறார்கள். தண்ணீரில் மூழ்கியவனின் பிணம் கரைக்கு மிதந்து வருவது போல இந்தப் பிணம் தன்னிடம் வந்திருக்கிறது. இருபது இருபத்தி ஐந்து ஆண்டுகள் இது உயிருடன் நடமாடி இருக்கிறது. வெயிலும் காற்றும் இதன் முகத்தின் மீது தாண்டவமாடியிருக்கின்றன. முடிவில் எந்த கடந்த கால எண்ணமும் இல்லாமல் இங்கே வந்திருக்கிறான். வாழ்ந்திருந்த போது இவனுக்கு என்னென்ன நடந்ததோ அதன் அறிகுறிகூட இப்போது இந்த தேகத்தில் இல்லை.

மெல்ல அவன் போர்வையை முகத்திலிருந்து இடுப்புவரை விலக்கினான். அதைக் கடந்து மேலும் அம்மணமாக்க மனது வரவில்லை. முடி அடர்ந்திருந்த அகன்ற மார்பு, வாட்ட சாட்டமான தோள்கள். விவசாயிகளுக்குரியது போன்ற அல்லது கடும் உழைப்பாளிக்குரியது போன்ற சதைகள். மார்பின் இடது

எஸ். திவாகர்

பாகத்தில் சிராய்த்ததுபோல ஓரிரு காயங்கள். இடது கையில் கட்டி இருந்த ஒரு சீட்டு. அதில் கையால் கோணல்மாணலாக இருந்த எழுத்துகளை இவன் கவனித்தான்: "எஸ். மிருத்யுஞ்சயன்".

இந்தப் பிணத்தின் பெயர் மிருத்யுஞ்சயன். நாயொன்று கழுத்துப் பட்டையில் தன் பெயரைத் தூக்கித் திரிவதுபோல இந்தப் பிணத்தின் கையில் அதன் பெயர்! அவன் முன் பக்க மாகக் குனிந்து, பிணத்திடம் சொல்வது போல 'எஸ். மிருத்யுஞ்சயன்' என்றான். ஒன்றும் நடக்கவில்லை. உயிருடன் இருந்தால் விழித்திருப்பானோ என்னவோ. முகம் வியப்பால் அல்லது மகிழ்ச்சியால் மலர்ந்திருக்கலாம். இப்போதோ யாரும் அழைத்ததுபோல இல்லை. அந்த அறையும் அவன் அழைப்பை எதிரொலிக்க வில்லை. பாவம் இறந்திருப்பவன் கழுத்துப் பட்டையில் பெயர் இருக்கும் நாயாக இருந்திருந்தால் வாலையாவது ஆட்டியிருக்கலாம்.

அவன் சீட்டுக் கட்டிய கையை கவனித்தான். தோளிலிருந்து விரல்கள்வரை போதுமான அளவிற்கு வலுவாகவே தெரிந்த கை. இறந்தவர்களின் கை உயிரோடிருப்பவர்களின் கையைவிடவும் தடிமனாக இருக்குமல்லவா? வாழ்ந்துகொண்டிருக்கும் போது உயிரும் மூச்சும் சேர்ந்து பாதி எடை கொண்டிருக்கும். இந்தத் தேகத்தில் முன்பு அவை எல்லாம் இருந்தன. இப்போது இல்லை. அவ்வளவுதான். வலுவான கை. மிகவும் முரடல்ல. சுத்தியல் அல்லது மண்வெட்டி பிடிக்கும் கையல்ல. விவசாயியின் கையும் அல்ல. கலைஞன் அல்லது கணக்கனின் கையாக இருக்கலாம். ஒருவேளை ஒரு திருடனின் கையாகவும் இருக்கலாம். அழகான இந்தக் கை மிகவும் கருத்திருந்தது சிறைச்சாலைகளின் கம்பிகளை எண்ணியும் இருக்கலாம். இவன் போலீசுக்கு டிமிக்கி கொடுக்கும் பெரிய கொள்ளைக்காரனாகவும் இருந்திருக்கலாம். அடிக்கடி பெயரை மாற்றிக்கொண்டிருப்பானோ என்னவோ.

மிருத்யுஞ்சயன் என்பது மதராசில் பொதுவாக யாரும் கேள்விப்பட்டிருக்காத ஒரு பெயர். நாடார்களில், முதலியார் களில் இல்லாத பெயர். இந்தப் பெயருக்கும் அய்யருக்கும் அய்யங்காருக்கும் வெகுதூரம். இவன் வடநாட்டுக்காரனாக இருக்கவேண்டும்? ஊகூம் . . . எண்ணெய் சிகப்பு நிறம்! ஆந்திரக்காரனோ, கேரளக்காரனோ. பிராமணனா? பூணூல் இல்லை. மருத்துவமனைக்கு வரும் முன் பூணூல் இருந்ததோ என்னவோ. அவன் படித்த நாவல்களிலாகட்டும், பார்த்த சினிமாக்களிலாகட்டும் இப்படி ஒரு பெயர் வந்ததில்லை.

மார்பின் மீது சிராய்ப்புகளுடன் கூடிய காயங்களைத் தவிர வேறு எதுவும் தெரியவில்லை. ஒருவேளை இவன் திடீரென்று

இறந்திருக்க வேண்டும். நெஞ்சில் வலி வந்திருக்கவேண்டும். அல்லது ஏதோ இரத்தக் குழாய் ஓட்டையாகியிருக்கவேண்டும். நடுத்தெருவில் அல்லது ஏதாவது ஹோட்டலில் வெகு பிரயாசை யுடன் ஏதோ பேச்சை முழுமையாக முடிக்காமல் பாதியில் நிறுத்தி கடைசி மூச்சை இழுத்திருக்கவேண்டும். இவன் இன்னும் செய்யவேண்டிய வேலைகள் எவ்வளவு இருந்தனவோ. இவன் தேகத்தை முதலில் பார்த்தவன் "அய்யோ, பிணம், பிணம்" என்று அலறியிருக்கவேண்டும். ஏதாவது ஹோட்டலின் ரெஜிஸ்டரிலோ பையில் கிடைத்த துண்டுக் காகித்திலோ இவன் பெயர் கிடைத்திருக்கவேண்டும். அல்லது தெரிந்த ஒருவன் பிணத்தை அடையாளம் கண்டு இவன் பெயரைச் சொல்லியிருக்கலாம்.

இப்போது அறையில் சிறிது சத்தம் எழுந்தது. முதல் முதலாக சாமிநாதன் தன் சகஊழியர்கள் ஒவ்வொருவாரக உள்ளே வருவதை கவனித்தான். ஸ்ட்ரெச்சரில் இன்னும் நான்கைந்து பிணங்கள் வந்தன. எல்லோரும் வெள்ளை ஏப்ரன் அணிந்திருந்தார்கள். பக்கத்து மேசையில் இருந்தவன் தன் அறுவை உபகரணங்களை எடுத்துவைத்துக்கொண்டு. "நான் இப்போது கிரேனியம்மை உடைக்கப்போகிறேன்" என்று சிரித்தான். சாமிநாதன் கடைசியாக ஒருமுறை தன் பிணத்தைப் பார்த்தான். அது தலையசைத்துக்கொண்டு தன்னை அழைப்பதுபோல தோன்றியது. தன்னை யாரும் கவனிக்கவில்லை என்று உறுதிப்படுத்திக்கொண்ட பிறகு ஒருமுறை தோளைக் குலுக்கியபடி அங்கிருந்து வெளியேறினான்.

சாமிநாதன் வீட்டிற்கு வந்தபோது அப்பா சாய்வு நாற்காலியில் உடம்பைப் பரப்பிக்கொண்டு நாளிதழ் படித்துக் கொண்டிருந்தார். இவன் வரும் ஓசையைக் கேட்டு கண்ணாடியை மூக்குநுனிக்குக் கொண்டுவந்து, புருவத்தை உயர்த்தி, கண்விழிகளை மேலே தள்ளி இவனைப் பார்த்தார். அறையில் அவன் தங்கை கண்ணாடி முன் நின்று பல்லால் ஹேர்பின்னைக்கடித்துக்கொண்டு, கொண்டை போட்டுக்கொண்டு, 'சரிமபதசா சநிதபகரிசா' என முணுமுணுத்துக்கொண்டிருந்தாள். அன்று காலைதான் சங்கீத ஆசிரியர் தண்டாயுதபாணி வெற்றிலையைக் கன்னத்தில் அதக்கிக்கொண்டு விரலில் ஒட்டியிருந்த சுண்ணாம்பை பாயில் தடவிக்கொண்டே அரபி ராகத்து ரௌத்திர ரசத்தை வர்ணித்தது நினைவிற்கு வந்தது. அம்மா சமையலறையில் சத்தம் போட்டுக் கொண்டிருந்தாள். சாமிநாதன் ஆடையை மாற்றிக்கொண்டு மிருத்யுஞ்சயனைப் பற்றி யோசிக்கத் தொடங்கினான். அப்பாவின் பக்கம் பார்வை திரும்பியது. அவர் 'இந்து' பத்திரிகையில் மனம் ஒன்றியிருந்தார். தலைக்கு நடுவில் கொஞ்சமாகவும் அதைச் சுற்றி அடர்த்தியாகவும் வெள்ளைமுடி வளர்ந்திருந்தது. சன்னல் வழியாக

வந்த ஒளி அவருடைய அகன்ற நெற்றியில் பட்டு பளபளத்தது. பருத்திருந்த பெரிய தோள், விரல் சருமத்திற்கு நடுவே கல்லை மட்டுமே காட்டும் மோதிரம். மிருத்யுஞ்சயனின் கையுடன் ஒப்பிட்டுப் பார்க்கும்போது அப்பாவின் கை மிகவும் சாதாரணம் என்று தோன்றியது. மறுபடியும் மிருத்யுஞ்சயனின் அந்தக் கடுமையான முகம் வார்த்தைக்குச் சிக்காத பல செய்திகளைச் சொல்வதுபோல இருந்தது. அவர் முகத்தில் ஒருவகை பெருமை காணப்பட்டது. மிருத்யுஞ்சயனை இறந்த பிறகு அல்ல, உயிருடன் இருந்தபோதே இந்த வீட்டிற்கு அழைத்து வந்திருந்தால், அவனைக் கண்டதும் எல்லோருடைய புருவங்களும் உயர்ந்திருக்கும். அப்படியான களையிழந்த கடுமையான முகத்தைப் பார்த்தே அப்பா 'இப்படிப்பட்டவனை வீட்டிற்கு அழைத்து வந்திருக்கிறாயே. உனக்கு புத்திகித்தி இருக்கா' என்று சத்தம் போட்டிருப்பார். வாழ்க்கையில் அப்படி அதிர்ஷ்டமில்லாதவனைப் பார்த்து அம்மாவின் கண்களில் கருணை பொங்கி இருக்கும். தங்கை அலட்சியப்படுத்தி முகத்தை திருப்பிக் கொண்டிருப்பாள். ஆனால் மிருத்யுஞ்சயன் மட்டும் இவர்கள் எல்லோருக்கும் மிகவும் மரியாதையுடன் வேண்டியவனாகி இருப்பானோ என்னவோ.

"என்ன வேலை செய்துகொண்டிருக்கிறாய்?" என்று அப்பா அவனை அதட்டலாகக் கேட்டிருக்கலாம். மிருத்யுஞ்சயன் என்ன சொல்லி இருப்பான்? ஒருவேளை 'நான் ஆந்திராவைச் சேர்ந்தவன். சில நாட்களுக்கு முன்பு இங்கே வந்தேன். நல்ல வேலையைத் தேடிக்கொண்டிருக்கிறேன்' என்று சொல்லி இருக்கலாம். நீதிபதியாக இருந்து ஓய்வுபெற்ற அப்பா, இப்போது வேதாந்தம் படிக்கிறார். அவருக்கு அவனைப் போன்ற இளைஞர்களைக் கண்டால் சுத்தமாகப் பிடிக்காது. 'இந்தக் காலத்துப் பசங்களே இப்படித்தான். ஒன்றுக்கும் லாயக்கில்லாதவர்கள்' என்று மிருத்யுஞ்சயனின் முகத்தில் அறைந்ததுபோல சொல்லி இருப்பாரோ என்னமோ. 'வீட்டுக்கு ஆகாதவனுங்க, போக்கிரிங்க, சோம்பேறிங்க, திருட்டுப் பசங்க...' என்றும் சொல்லியிருப்பார். 'நான் திருடனா, பொய் சொல்பவனா என்பதைக் காலம் தீர்மானிக்கட்டும்' என்று மிருத்யுஞ்சயன் உறுதியாகச் சொல்லியிருப்பான். உடனே அப்பாவுக்கு பழைய அதிகார வாசம் நினைவுக்கு வர மேசையைத் தட்டி அல்லது தன் தொடையையே தட்டி ஆத்திரத்தில் வெடித்திருப்பார்.

மிருத்யுஞ்சயன் சில நாட்களுக்கு முன்புதான் சென்னைக்கு வந்தவன் என்பது உண்மையாக இருந்தால் இந்த நகரம் அவனுக்கு எப்படித் தெரிந்திருக்கலாம்? அகன்ற தெருக்களிலிருந்து பிரிந்து குறுகிச் செல்லும் சந்துகள். நூறு ஆண்டு வயதான ஓடுகள் வேய்ந்த பழைய வீடுகளோடு தலை தூக்கி நிற்கும் நவீன கட்டிடங்கள்.

நகரம் முழுவதும் அங்கங்கே தேங்கி நிற்கும் துர்நாற்றத்தோடு காணப்படும் 'கூவம்' நதி. மூச்சைத் திணறடிக்கும் வெயில், வெக்கை. தப்பித் தவறி காற்று வீசினால் எல்லா வீடுகளுக்குள்ளேயும் புகுந்து கூவத்தின் துர்நாற்றம் நிரம்பிவிடும். நல்ல நல்ல ஆடைகளை உடுத்தி உற்சாகமாக நடப்பவர்களுடன் அரை நிர்வாணத்தில் பின்பக்கத்தைச் சொறிந்துகொண்டு கண்ட இடத்தில் வெற்றிலை எச்சிலைத் துப்பும் கூலிக்காரர்கள். தியேட்டருக்கு முன்னால் இரண்டு தென்னை மர உயரத்திற்கு நின்ற எம்.ஜி.ஆர் கட் அவுட்கள். வெயிலில் தீப்பற்றிக்கொள்வதைப்போல கூட்டமாக நிற்கும் குடிசைகள் ... சாமிநாதன் மெல்ல "மிருத்யுஞ்சயன்" என்று பெருமூச்சுவிட்டான்.

அப்பா உடனே நாளிதழை மடித்து "என்ன சொன்னாய்?" என்றார். சமையல் அறையில் இருந்து வெளியே வந்த அம்மாவின் முகத்தில் ஆர்வமிருந்தது.

"ஒன்றுமில்லை"

"இல்லை, நீ எதையோ சொன்னாய்" அப்பாவின் குரலில் கடுமை ஏறியது.

"உண்மையா? ஓ ... மிருத்யுஞ்சயன் என்று சொல்லி இருக்கவேண்டும் அவ்வளவுதான்" அவர்கள் யாருக்கும் அந்தப் பெயர் பரிச்சயம் இருக்கவில்லை. "என்ன பசங்களோ" என்று முனகிக்கொண்டே அப்பா மறுபடியும் 'இந்து' நாளிதழுக்குள் முகம் புதைத்துக்கொண்டார். ஒருவேளை கிருபானந்தவாரியாரின் கதா காலோட்சேப செய்திகளைப் படித்துக் கொண்டிருந்தவருக்கு இடையூறு ஏற்பட்டிருக்கலாம்.

2

அந்த வீட்டைத் தேடுவது அவ்வளவு எளிதான வேலையாக இருக்கவில்லை. அனாடமி பகுதியில் இருந்து பொது மருத்துவமனைக்கு வந்தான். அங்கே இருந்த கணக்கர்களை எல்லாம் விசாரித்தாகிவிட்டது. எல்லா ஏடுகளிலும் தேடியாகிவிட்டது. மருத்துவர்கள் கொடுக்கும் பிரிஸ்க்ரிப்ஷன் போலவே ஏடுகளிலும் கிறுக்கி இருந்தார்கள்.

"முத்து சீ?"

"இல்லை, மிருத்யுஞ்சயன்."

"என்ன பேர் சார் அது? முத்து ... முத்து ... மிருத்து ... மிருத்யுஞ்சயன் ..."

"ஆம், மிருத்யுஞ்சயனா . . ."

"மூணு நாளைக்கு முந்தியா?"

"ஆமா."

சாமிநாதன் மெல்ல இறந்தவனின் கடைசி நாட்களை உருவாக்கத் தொடங்கினான். சிந்தாதிரிப்பேட்டை குடிசைப்பகுதிக்கு அருகே நடுத்தெருவில் மிருத்யுஞ்சயன் மயங்கிக்கிடந்தான். நான்கைந்து பேர் அவனை சாகும் அளவுக்கு அடித்திருந்தார்கள். போலீஸ் அவனைத் தூக்கிக்கொண்டு போய் பொது மருத்துவமனையில் சேர்த்தார்கள். மருத்துவமனையில் சேர்க்கப்பட்ட ஓரிரு மணி நேரங்களில் நினைவு வராமல் இறந்துவிட்டான். பையில் ஒரு பர்ஸ் கிடைத்தது. அதில் S. Mruthyunjayan என்ற பெயர் இருந்த ஒரு சீட்டு. தெரியாத மொழியில் எழுதப்பட்டு 22ஆம் தேதியன்று வந்த ஒரு கடிதம் இருந்தது. அதை மொழிபெயர்க்கும் சிரமத்தை யாரும் எடுக்கவில்லை. பணமும் இருந்திருக்க வேண்டும். அது மருத்துவமனை ஆட்களிடமும் சேரவில்லை. "யாரோ தெலுங்குக்காரன்" என்று ஒரு அட்டெண்டர் அலட்சியமாகச் சொன்னான். மேலும் மடிக்கப்பட்டிருந்த சீட்டு ஒன்று கிடைத்தது. பர்ஸின் உட்பகுதியில் எங்கேயோ மாட்டிக்கொண்டிருந்த அதை போலீஸ்காரர்கள் கண்டுபிடிக்கவில்லை. தி. நகரில் இருந்த Band Box கடையில் நான்கு பேண்ட், ஆறு சட்டைகளை ட்ரை கிளீனுக்காக கொடுத்துப் பெற்ற ரசீது அது. 28ஆம் தேதியின் அந்த ரசீதில் "எஸ். மிருத்யுஞ்சயன், 22, விஜய ராகவாச்சாரி தெரு, மதராஸ் – 17" என்ற விலாசம் இருந்தது. இறப்பதற்கு நான்கைந்து நாட்களுக்கு முன்பே அவன் இந்த வீட்டைக் காலி செய்திருந்தான்.

அது சரஸ்வதி அம்மாள் வீடு. மரகேட்டைத் திறந்து உள்ளே போகும் தருணத்தில் கருப்பு நாயொன்று மிகவும் ஆவேசத்துடன் குரைத்துக்கொண்டே இவன் பக்கம் ஓடிவந்தது. சாமிநாதன் ஒரு நொடி நடுங்கினான். வலைபோட்ட நுழைவாசலுக்குப் பின்னால் ஒரு தடித்த பெண் தெரிந்தாள். இவனை சிறிது உற்றுநோக்கிவிட்டு கதவைத் திறந்தாள். நெற்றியில் குங்குமம் காணப்படவில்லை. ஊதியிருந்த இரண்டு கன்னங்களும் தளர்ந்து தாடையை மறைத்துத் தொங்கியிருந்தது. ரூபாய் அளவுக்கு அகலமாக இருந்த அவள் திரட்சியான மூக்கின் துவாரங்கள் மூச்சுவிடும்போதெல்லாம் விரிந்து சுருங்கி இடது பக்கத்தில் இருந்த மூக்குத்தியை அசைத்தது. இரண்டு காதுகளிலும் கழற்சிக்காய் அளவுக்கு தங்க நகைகள். அவற்றின் எடையைத் தாங்கும் அளவுக்கு காது ஓட்டைகள் நான்கு விரல்கள் நுழையுமளவுக்கு

பெரிதாகி, கீழ்க்காதின் சருமம் இறங்கித் தொங்கியது. வீட்டு எசமானியைப் பார்த்து நாய் அமைதியடைந்தது. அவள் வாசலில் நின்று "யாருப்பா?" என்றாள்.

"இங்கே மிருத்யுஞ்சயன் . . ."

"முருத்யுஞ்சயனுக்கு என்ன?"

"நான் அவருக்கு உறவு . . ."

அவள் குட்டி யானையைப்போல கேட் அருகே வேகவேகமாக வந்தாள். ஜாக்கெட் போடாததால் முந்தானையைத் தோள் மேல் இழுத்துப்போட்டிருந்தாள். மிக சிரமத்துடன் மூச்சுவிட்டுக்கொண்டிருக்க வேண்டும். கேட்டைத் திறந்தவளை சாமிநாதன் கண்கொட்டாமல் கவனித்தான். அவள் உதட்டின் மேல் பூனைமுடி வளர்ந்திருந்தது. கேட்டில் சாய்ந்துகொண்டு "உனக்கு அவனைத் தெரியுமா?" என்று புருவத்தை உயர்த்தினாள். அவள் அகன்ற கண்களில் நம்பிக்கையின் அடையாளம் தெரிய வில்லை. ஆம் என்பதைப்போல தலையசைத்தான்.

"பதினைந்து நாட்களாக அவனைக் காணவில்லை. பெங்களூருக்குப் போய்வருகிறேன் என்று சொல்லிவிட்டு திருடன் மாதிரி தப்பித்து விட்டான். இந்த மாதம் வாடகையே கொடுக்கவில்லை பார். நீயும் கன்னடக்காரனா?"

சாமிநாதனுக்கு இப்போது புரிந்தது. "ஆம் என் நண்பன்" என்று சொல்லவேண்டியவன் நாக்கைக் கடித்துக்கொண்டான். அவள் இப்போது கேட்டைத் திறந்து வீட்டுக்குள் வரவேற்றாள்.

"எப்படிப்பட்ட மனுசங்க பாரு, இந்தக் காலத்தில யாருக்கும் உதவக் கூடாது. மிருத்யுஞ்சயன் இப்படி செய்யக்கூடாது? போவதற்கு முன் என் பணத்தைக் கொடுத்திருக்கணும்தானே? நம்பிக்கை வைத்து ஏமாந்து போனவள் நான்."

வெறும் நூறு ரூபாய் வாடகை. மிருத்யுஞ்சயன் மிகவும் சிரமப் பட்டிருக்கவேண்டும். இரண்டு வேலை சாப்பாட்டிற்கும் கூட அவனுக்கு சிரமமாக இருந்திருக்கலாம்.

"உள்ளே வந்து பார். என்ன இருக்கு அவன் அறையில குப்பையைத் தவிர?" என்றாள். யானை இப்போது அவனுக்கு முதுகைக் காட்டி நடந்தது. சாமிநாதன் மெல்ல அடியெடுத்து வைத்து அவளைப் பின் தொடர்ந்தான். தலைவாசல் படிகளில் ஏறும்போது மெதுவாக எடுத்துவைத்த அவள் அடிகளுக்கு பூமியே நடுங்குவதற்கு பதிலாக அவளுடைய பெரிய பிருஷ்டங்கள் நடுங்கின. கூடவே 'அம்மா' உஸ்ஸப்பா' என்று சொல்லிக்கொண்டே விட்ட பெருமூச்சும். நடு வீட்டை அடைந்தபோது இடதுபக்கம்

இருந்த பூட்டுப் பூட்டிய ஒரு கதவின் முன் நின்றாள். வலது பக்க சுவர் மேல் இருந்த முருகன் படத்தின் பக்கம் தலையைத் திருப்பி "ஆண்டவனே" என்று மார்பை மறைத்த முந்தானையை ஓரமாகத் தள்ளி வலதுகையைத் தொப்புளுக்குக் கீழே நுழைத்தாள். சேலை சுற்றி இருந்த இடத்தில் (அதை இடுப்பு என்று சொல்லலாம்) இறங்கிய அவளுடைய பெருத்த வயிற்று சருமம் கண்ணுக்குத் தெரியாமல் முழுமையாக மூடி இருந்தது. வலதுகை அங்கே கொஞ்சம் அசைந்துகொண்டிருக்க அவ்வப்போது தெரியும் அவள் தொப்புள் குகை. அருவருப்புற்ற சாமிநாதன் அவள் முகத்தின் பக்கமாக பார்வையைத் திருப்பியபோது அவளுடைய அகன்ற கண்கள் இவன் மீது நிர்தாட்சண்யமாகப் பதிந்திருந்ததைக் கண்டு அதிர்ந்துபோனான். கண் கீழே இறங்கியபோது வலதுகை ஒரு சாவிக் கொத்தை வெளியே எடுத்தது.

போதுமான அளவுக்கு பெரிய அறைதான். சன்னல் இல்லாததால் உள்ளே மங்கலான இருட்டு. பழங்காலத்து மர நாற்காலி. மூலையில் நிறமிழந்த ஒரு பழைய பெட்டி. அவள் மிகவும் கோபத்துடன் கயிற்றில் தொங்கிய சட்டை, பேண்ட், லுங்கிகளை இவன் பக்கம் தூக்கி எறிந்து, "பார் இதுதான் அவன் சொத்து" என்றாள். பூட்டாத அவன் பெட்டியைத் திறந்து அதிலிருந்த புத்தகம், காகிதங்கள் ஒவ்வொன்றையும் எடுத்து எங்கெங்கும் வீசி எறிந்தாள். அப்படி எறிந்த ஒரு புத்தகம் சுவற்றில் தெறித்து, நிலத்தில் விழுந்து தன் அந்தரங்கத்தை காட்டியது. ஒரு நிழற்படம்! சாமிநாதன் ஆர்வத்துடன் அதை எடுத்துப் பார்த்தான். ஒரு அழகான பெண்ணின் படம் – இருபது வயதிருக்கலாம். பின்னால் திருப்பியபோது *"To Mruthyunjayan with Love"* என்ற அழகான எழுத்துக்கள் காணப்பட்டன. கீழே 'ராதா' என்று தமிழில் கையொப்பம். அதைத் துடைத்து நாற்காலியின் மேல் வைக்கும்போது சரஸ்வதி அம்மாள் "யாரோ தேவடியா முண்டச்சி. இங்கே இருக்கிற கடிதத்தைப் பார். ஆங்கிலம் கற்றவந்தானே முருத்யுஞ்சயன்! குலம் கெட்டவன். தேவடியாளுங்களோடு கூடிக்கூத்தடிச்சு கெட்டுப்போனான்" என்று சிடுசிடுத்தாள்.

அவள் கொடுத்த கடிதத்தைப் பார்த்தான். ஆங்கிலத்தில் இருந்தது. அழகான எழுத்துக்கள். கடிதத்தின் கடைசிப் பக்கத்தைப் பார்த்தபோது 'ராதா'. சாமிநாதன் மிகவும் விருப்பத்துடன் அந்தக் கடிதத்தைப் படித்தான்:

அன்பான முத்து,

கடந்த இரண்டு மாதங்களாக நாம் சந்திக்கவே இல்லை அல்லவா? உன்னைப் பார்ப்பதில் எனக்கு அவமானம். என்ன

இருந்தாலும் என்னை மனமாரக் காதலித்தவன் நீ. என்னை தவறாகப் புரிந்துகொள்ள மாட்டாய் என்று நினைக்கிறேன். அன்று ஆர்தர் மில்லரின் 'அ வியூ ஃப்ரம் த ப்ரிட்ஜ்' நாடகத்தைப் பார்த்த பின் உன் அளவிற்கு மகா அறிவாளி என்று தோன்றிய அந்த "கம" என்னைக் காரில் அழைத்துச்சென்று வீட்டில் விடுகிறேன் என்று சொன்னது உனக்கு நினைவிருக்கலாம். ஆனால் அவன் அழைத்துச் சென்றது தன் வீட்டிற்கு. என்ன சொல்ல முத்து, எப்படிச் சொல்ல? அங்கே அந்தப் பாவி என் உடம்பின் மேல் பாய்ந்தான். உனக்குப் புரிகிறதல்லவா. அதற்குப் பிறகு உன் முகத்தைப் பார்ப்பதற்கும் எனக்கு வெட்கம். ஒருநாள் என் வீட்டில் திட்டுவார்கள் என்று காரணம் சொல்லி ஓரிரு மாதங்கள் என்னைப் பார்க்க வேண்டாம் என்று உன்னிடம் கேட்டுக்கொண்டேன். நீ எவ்வளவு நல்லவன்! அந்த மாதம் நான் வீட்டுவிலக்காகவில்லை. வீட்டுக்குத் தெரிந்தால் கொன்றுவிடுவார்கள். பயத்தால் தத்தளித்துப் போனேன். வழி இல்லாமல் ஒருநாள் 'கம' னின் அலுவலகத்துப் போய் எல்லார் முன்னிலையிலும் அவனை வாய்க்கு வந்தபடி திட்டிவிட்டேன். அந்தப் பாவி கடைசியாக என் மேல் பழி தீர்த்துக்கொண்டான். நான் இப்போது படேல் நர்சிங் ஹோமில் இருக்கிறேன். ஒருமுறை உன்னைப் பார்க்கவேண்டும் என்ற ஆசை. வருவாயா? – உன் அன்பான ராதா.

சாமிநாதனுக்கு உடல் நடுங்கியது. கடிதத்தைத் திருப்பிப் பார்த்தான். மிக அழகாகவே தெரிந்த வாட்டசாட்டமான ஆசாமியின் கோட்டோவியம். கீழே *Wanted!* என்றிருந்தது. அநேகமாக அது மிருத்யுஞ்சயனின் ஓவியமாக இருக்கலாம். "அதில் என்ன எழுதி இருக்கிறது?" என்றாள் அவள். "யாரோ எதையோ கிறுக்கி இருக்கிறார்கள்" என்று மட்டுமே சொன்னான். "எப்போது வருவான் அவன்?" என்று கேட்டாள். "அவன் அம்மாவுக்கு உடல் நலம் சரியில்லை என்று டெலக்ராம் வந்திருந்தது. போயிருக்கான். இனி என்ன, வந்துவிடுவான். உங்களுக்கு சீக்கிரமே வாடகையை அனுப்பச் சொல்லி கடிதம் எழுதுகிறேன்" என்றான். மிருத்யுஞ்சயனுக்கு அம்மா இருக்கிறாளோ இல்லையோ. தான் அப்படிச் சொன்னது சரியா என்று யோசித்தான்.

சரஸ்வதி அம்மாள் முகத்தில் இப்போது கோபம் தெரியவில்லை. தன்னிடமிருந்து எதுவும் கிடைக்காது என்று தோன்றி இருக்கலாம். "வருவானோ இல்லையோ; தேவிடியாத்தனம் பண்ணி பையன் கெட்டுப் போயிருக்கான் என்று அவன் அம்மாவுக்கு கடிதம் எழுது" என்று இவனை வெளியே துரத்துவதுபோல "ஊம்" என்றாள். அவள் வாசல் பக்கம் நடந்தபோது சாமிநாதன் அந்த போட்டோவை எடுத்து வைத்துக் கொண்டான்.

3

டெலிபோன் டைரெக்டரியில் தேடினான். எக்மோரில் இருக்கும் படேல் நர்சிங் ஹோமின் முகவரியைத் தேடியெடுப்பதில் சிரமமெதுவுமில்லை. அப்போது இருட்டத் தொடங்கியது. அந்த நேரத்தில் வீட்டுக்குப் போய் சேராவிட்டால் அப்பா சத்தம் போடுவார். வீட்டுக்குப் போகட்டுமா? "ஒரு தடவை உன்னைப் பார்க்க வேண்டும் என்ற ஆசை. வருவாயா?" ராதா தன்னை அழைக்கிறாளோ என்று தோன்றியது. கால் இரயில் நிலையத்தின் அருகே அழைத்துச் சென்றது. எக்மோருக்கு டிக்கட் வாங்கி பிளாட்பார்ம் வந்து சேர்வதற்கும் இரயில் வருவதற்கும் சரியாக இருந்தது. இறங்குபவர்கள் ஏறுபவர்களின் கூட்டம், சத்தம். எந்தப் பெட்டியில் ஏறுவது என்று யோசித்துக்கொண்டிருக்கும் போது கூடையைத் தூக்கிக்கொண்டு களைப்புடன் வியர்வை சிந்திக்கொண்டிருந்த பெண்ணொருத்தி இவனைத் தள்ளிக்கொண்டே வந்து இரயிலில் ஏற்றிவிட்டு தானும் ஏறிக்கொண்டாள். கதவருகே நின்றவர்கள் உள்ளே போகமாட்டார்கள். பின்னால் முன்னே தள்ளும் கூடை. சாமிநாதன் தன்னுடைய வெள்ளைச் சட்டை அந்தக் கூடையிடம் இடிபட்டு எங்கே அழுக்காகிவிடுமோ என நினைத்து நின்றிருந்த கூட்டத்தை விலக்கிக்கொண்டு உள்ளே நுழைந்தான். யானைக்கால்காரர் ஒருவரை மிதித்தான். முன்னால் போகும் அவசரத்தில் அவனுடைய இடதுகை தடியன் ஒருவனின் தோளில் இருந்த குழந்தையின் கண்ணில் பட்டது. குழந்தை அலறியது. தடியன் "உனக்கு என்ன அறிவு இருக்கா?" என்று திட்டினான். யானைக்கால்காரன் "எதுக்கு அப்படி மிதிச்சுக்கிட்டு வர்ற? வயித்துக்கு என்ன சாப்பிடற?" என்று அவன் சட்டையின் கழுத்துப்பட்டையைப் பிடித்துக்கொண்டான். அந்த நேரத்திற்கு எக்மோர் நிலையம் வந்து இரயில் நின்றது. குருட்டுப் பிச்சைக்காரன் "முருகா முருகா" என்று பாடிக்கொண்டே இவர்கள் இருவருக்கும் நடுவே நுழைந்தபோது யானைக்கால்காரன் இவனுடைய கழுத்துப் பட்டையை விட்டு தடதட என்று இறங்கினான். மக்கள் இறங்கினார்கள். அவர்களை இடித்துக்கொண்டே மேலும் மக்கள் கூட்டம் கூட்டமாக ஏறினார்கள். இவர்கள் நடுவே சிக்கிக்கொண்டு ஆடை கசங்காமல் சாமிநாதன் கீழே இறங்குவதற்கும் இரயில் புறப்படுவதற்கும் சரியாக இருந்தது. ராதாவிடம் என்ன சொல்வது? நான் மிருத்யுஞ்சயனின் நண்பன் என்று சொல்வதா? அவன் எங்கே என்று கேட்டால்? இறந்துவிட்டான் என்று சொல்வதா? பாவம், என்ன நோயோ? நிழற்படத்தில் எத்தனை அழகாகத் தெரிகிறாள்!

மிருத்யுஞ்சயனுக்கும் அவளுக்கும் என்ன உறவு இருக்கலாம்? 'கம' யார்? ராதாவின் கடிதத்தையும் திருடவேண்டி இருந்தது. அப்படி என்றால் 'கம' இவளை ரேப் செய்தானா? மிருத்யுஞ்சயன் எதற்காக சிந்தாதிரிப்பேட்டை தெருவொன்றில் இறந்து கிடந்தான்?... அருகிலேயே ஃபியட் கார் நின்றிருந்தது. வெள்ளைக் குல்லா அணிந்த ஆள் கேட்டைத் திறந்தான். கார் உள்ளே போனது. படேல் நர்சிங் ஹோம். வெள்ளைச் சேலை உடுத்திய தெத்துப் பல் ரிசெப்ஷனிஸ்ட் இவனைப் பார்த்து புருவத்தைச் சுருக்கினாள். "ராதா என்ற பெண் இங்கே அட்மிட் ஆகி இருக்காங்களா?" "எந்த ராதா?" "எத்தனை நாளுக்கு முன்னே?" போன்ற கேள்விகளுக்கு சாமிநாதனிடம் பதில் இல்லை. பையிலிருந்த போட்டோவை எடுத்துக் காட்டினான். அவள் பெரிதாக கண்ணை விரித்து "ராதா விஸ்வநாதன்!" இவளுக்கு ஏன் இவ்வளவு வியப்பு என்று எண்ணினான். திருடனைப் பார்ப்பதுபோல இவனைப் பார்த்து "நீங்கள் யார்?" என்றாள். "நான் அவளுடைய தூரத்து சொந்தம். உடல்நிலை சரியில்லையாம். இப்போது எப்படி இருக்கிறாள்?" என்றான். "டாக்டரைக் கேளுங்க வாங்க" என்று மாடிக்கு அழைத்துப் போனாள்.

டாக்டர் சந்தோஷ் வெள்ளைக்கோட்டைக் கழற்றி வீட்டுக்குப் போகத் தயாராக இருந்தார். அதிக மொட்டையான தலையில் பின்பக்கம் வாரிய நரைமுடி. ஐம்பது ஐம்பத்தைந்து வயதிருக்கலாம். மார்புக்குக் கீழே தொப்பை போட்ட வயிறு. அந்த முழு தேகத்திற்கு தலை சிறிது பெரியதாகவே இருந்தது. முகத்தில் ஒருவகையான முரட்டுத்தனம். சப்பையான மூக்குத் துவாரங்களில் இருந்து நான்கைந்து முடிகள் எட்டிப் பார்த்தன. முன்னால் நீட்டிக்கொண்டிருந்த கீழ் தாடையால் மேல் உதடு தெரியவில்லை. கண்ணாடித் திரைக்கு உள்ளே இருந்து அவருடைய சாம்பல் நிறக் கண்கள் யாரையோ தேடுவதுபோல அங்குமிங்கும் தாவிக்கொண்டிருந்தது. சாமிநாதன் திரும்பவும் ஒருமுறை போட்டோவை எடுத்துக் காட்டினான். அவர் முகம் மேலும் கடுமையானது. மிகவும் சந்தேகத்துடன் இவனைப் பார்த்து, "நீ யார்? அவளுக்கும் உனக்கும் என்ன உறவு?" என்று கேட்டார். சாமிநாதன் சிறிது மனம் தளர்ந்தாலும் காட்டிக்கொள்ள வில்லை "நான் அவளுடைய தூரத்துச் சொந்தம். மருத்துவமனையில் சேர்ந்திருக்கிறேன் என்று கடிதம் போட்டிருந்தாள்..."

"எந்த ஊர் உனக்கு?"

"மதுரை."

"மிருத்யுஞ்சயனுக்கும் உனக்கும் என்ன உறவு?"

இந்தக் கேள்வி போலீஸ்காரர்கள் கேட்கும் தோரணையில் இருந்தது. என் நண்பன் என்று சொல்ல நினைத்தவன் நாக்கைக் கடித்துக்கொண்டான்.

"எந்த மிருத்யுஞ்சயன் ?"

டாக்டர் முகம் இப்போது சிறிது மென்மையானது. ஒருவகையான துயரமான சிரிப்பை சிரித்து, "பாவம் உனக்கு எதுவும் தெரியாதுபோல. ராதா இப்போ இல்லைப்பா" என்றார்.

"அப்படீன்னா ?"

"ஆமா ... என்ன செய்யற ? இந்தக் காலம் அப்படி. பெண்கள் கல்லூரியில் சேர்கிறார்கள். யார் யார் கூடவோ முன்ன பின்ன பாக்காம போயிடறாங்க"

"என்ன ஆச்சு டாக்டர் ?"

"தெரியாதா ? யாரோ ஒருத்தன் மிருத்யுஞ்சயன்கரவன் அவ வயித்த நிறைச்சுட்டான். அந்த சிந்தாதிரிப்பேட்டை குடிசைப்பகுதியில கர்ப்பத்தைக் கலைச்சுட்டு தப்பிக்கப் பாத்தாள். பாவம் சின்னப் பிள்ளை. கர்ப்பப் பையில் அடிபட்டு *Bleeding I say. Bleeding.* ரெண்டு நாளா இரத்தம் கொட்டி, பிறகு இங்க வந்தா. அவளைக் காப்பாத்த முடியலை."

சாமிநாதன் துயரத்துடன் நின்றான். டாக்டர் சந்தோஷ் மெல்ல நாற்காலியில் இருந்து எழுந்து தன் கோட்டை அணியத் தொடங்கினார். "யாரோ தில்லுமுல்லுக்காரன் மிருத்யுஞ்சயன் வந்திருந்தான். அவ முன்னாடியே துடிச்சு செத்தாலும் அவன் கண்ணில இருந்து சொட்டுக் கண்ணீரில்லை. *Brute!* ச்சே ! *She was very young. Very young*" என்று தலையை ஆட்டினார்.

ராதா விஸ்வநாதனின் சவம் முன்னால் இருக்க வில்லை. கையில் அவள் சிரித்துக்கொண்டிருக்கும் நிழற்படம். இறந்த பிறகு அவள் முகம் எப்படி இருந்திருக்கவேண்டும் என்று சாமிநாதன் யோசித்தான். அப்போதும் இப்படித்தான் சிரித்தது போல இருந்திருக்குமா ? இருக்காது. இரண்டு நாள் இரத்தம் சிந்தி இருந்தால் அவளுடைய நிலமை எப்படி இருந்திருக்கும். கடைசி மூச்சு விடும்போது அவள் உரக்க கத்தி இருக்கலாம். இரண்டு கைகளாலும் வயிற்றைப் பிடித்துக்கொண்டு ஒவ்வொரு காலையும் ஒவ்வொரு பக்கமாக வீசி, உதட்டை இறுக்கிக்கொண்டு திடீர் என்று அமைதியாகி இருக்கலாம். அவள் பிணத்தைப் பார்த்து மிருத்யுஞ்சயன் அழவில்லையா ?

ரிசப்ஷனிஸ்டின் அருகே நின்று ஒரு நடுவயது செவிலி குசுகுசு என்று பேசிக் கொண்டிருந்தாள். சாமிநாதன், ராதாவின்

வீட்டு விலாசத்தைக் கேட்டான். ரிசப்ஷனிஸ்ட் தேடத் துவங்கினாள். அந்தச் செவிலி இவனை ஒரு நொடி உற்றுப் பார்த்து துப்புவதைப்போல முகத்தை வைத்துக்கொண்டாள். "என்னப்பா நீ அவளுடைய நண்பனா? எத்தனை பேர் அவளுக்கு?" என்றாள். "பாத்தா ரொம்பப் படிச்சவன் மாதிரி தெரியற, போயும் போயும் அந்த சிந்தாதிரிப்பேட்டைக்கு கர்ப்பத்தை கலைக்க அனுப்பி இருக்கீங்களே. அவ கூட சந்தோஷமா இருக்கறப்ப மட்டும் நல்லா இருந்ததா?" அவள் இவன் முகத்தை இடிக்காதது மட்டும்தான் குறை.

4

கோபாலபுரம் இரண்டாவது தெருவில் பழங்காலத்தைச் சேர்ந்த ஒரு சின்ன வீடு. ஓட்டுக் கூரை. தலைவாசலிலும் பரவிக்கொண்டிருந்த மணிப்ளான்ட். அவ்வளவு பெரிதாக இல்லாத வராந்தாவில் பூச்செடிகள் இருந்தன. தெரு விளக்கின் வெளிச்சத்தில் ஒளிர்ந்துகொண்டிருந்த தென்னங் கீற்றுகள். நடுவீட்டில் எங்கேயோ ஒளி இருந்தது. கேட்டின் கொக்கியைப் பிடித்து இரண்டு முறை சத்தமுடன் தட்டினான். நாய் இருக்கும் அறிகுறி இல்லை. "சார், சார்" என்று நான்கைந்து முறை கூவியபோது தலைவாசலில் வளைவுபோல வளைந்திருந்த விளக்கு எரிந்தது. அந்த ஒளிக்கு வராந்தாவில் இருந்த சிகப்பு ரோசா மேலும் சிகப்பைக் காட்டியது. ராதா சிந்திய இரத்தம் இப்படித்தான் இருந்திருக்கவேண்டும். வாசல் கொக்கியை விலக்கும் சத்தம். தன் வயதை ஒத்த ஒரு பையன் கதவைத் திறந்து அங்கேயே நின்றான். ராதாவின் அண்ணனோ தம்பியோ இருக்கலாம். பெரிய கரைபோட்ட வேட்டி கட்டியிருந்தான். உடம்பில் பனியன் மட்டும். நெற்றியில் விபூதி. புருவங்களுக்கு நடுவே குங்குமம். களையிழந்த முகத்தில் நான்கைந்து நாட்களின் தாடி. அவன் புருவத்தை சுளித்து "யார்?" என்றான்.

"உங்ககிட்ட கொஞ்சம் பேசணும். ராதா விஸ்வநாதன் வீடுதானே..."

அந்தப் பையனின் முகத்தில் கடும் கோபம் தெரிந்தது. கண்கள் பற்றி எரிந்தன. "டே, யாருடா நீ. தேவிடியாப் பயலே? மிருத்யுஞ்சயன் ஆளாடா... வாடா இங்கே" அவன் தடதட என்று வந்து கேட்டைத் திறந்தான். சாமிநாதன் எதுவும் தோன்றாமல் அங்கே இருந்து ஓடிவிட்டான். "எங்க இருக்கான்டா மிருத்யுஞ்சயன்? அந்தக் கொலகாரப் பாவி, எத்தனை பேரு இருக்கீங்கடா நீங்க? உங்களை ஜெயிலுக்கு அனுப்பலைன்னா பாத்துக்கங்க... பிடிங்கடா அவனை." அந்தப் பையன் தன்னை துரத்திக்கொண்டு வருகிறான்

என்று தோன்றியது. அநேகமாக வேட்டியை மேலே தூக்கிக் கட்டி இருக்கவேண்டும். நாய் குரைக்கிறது. இரண்டு பக்கங்களிலும் விளக்குகள் ஒளிர்ந்து பின்பக்கமாக நகரும் கடைகள், வேகமாக எதிரில் வந்து திடீர் என்று பிரேக் போட்ட கார், காலில் சிக்கியும் பிழைத்துக்கொண்ட கோழி, தெருவில் துருத்திக்கொண்டிருந்த ஜல்லிக் கற்களில் மோதி இரத்தம் சிந்தி வலிக்கும் கால்கள், தெருவில் நடக்கும் கிழவனை மோதியபோது "அய்யோ" கூடவே உருண்டவன்... "டே, யாருடா இவன் பிடிங்கடா..." சாமிநாதன் ஓடினான்... ஓடினான்... ஓடினான்...

வீட்டுக்குள் கால் வைத்ததும் அவன் அப்பாவின் கத்தல்: "எத்தனை மணிக்குடா வீட்டுக்கு வர்றது? உன்னைக் கேக்கறவங்க யாரும் கிடையாதா? எங்கே ஊர்சுத்தப் போனே?" "போகட்டும் விடுங்க, எதுக்கு இப்படிக் கத்தறீங்க? காலையில இருந்து வீட்டுக்கு வரலை. கொஞ்சம் சாப்பிடட்டும் குழந்தை" என்றாள் அம்மா. சாமிநாதனுக்கு சாப்பாடு தேவை இருக்கவில்லை. உடம்பு சரியில்லை என்று அறையில் படுத்தான். அப்பாவின் முணுமுணுப்புகள் தொடர்ந்துகொண்டே இருந்தது. இது எதையும் கண்டுகொள்ளாத தங்கை "சோகசுகா மிருதங்க தாளமு" என்றாள். மிருத்யுஞ்சயன் இப்போது அவனுக்கு மிகவும் அன்பான ஆசாமி ஆகிவிட்டான். அவனுடைய அப்பா அம்மா என்ன செய்கிறார்களோ. இவன் எதற்காக பெங்களூரில் இருந்து மதராசுக்கு வந்தான்? இங்கே என்ன செய்தான்? ராதா அடிக்கடி அவன் அறைக்குப் போய்க்கொண்டிருந்திருக்கலாம். அவர்கள் இருவரும் திருமணம் செய்துகொள்ள வேண்டும் என்று நினைத்தார்களோ என்னவோ. சரஸ்வதி அம்மாள் தேவிடியாத்தனத்தால் கெட்டுப் போனான் என்று சொன்னாளே. "கம..." யாராக இருக்கலாம்? அவன்தான் ராதாவை சிந்தாத்திரிப்பேட்டை குடிசைப்பகுதிக்கு அழைத்துப் போயிருக்கவேண்டும். அங்கே கருக்கலைப்பவள் மிகவும் கொடுமைக்காரியாக இருக்கலாம். அவள் பார்ப்பதற்கு சரஸ்வதி அம்மாளைப் போல இருப்பாளோ என்னவோ. கருவைக் கலைக்கும்போது ராதா துடிதுடித்திருக்கவேண்டும். கருக்கலைப்பவள் எதைப் பயன்படுத்தினாளோ என்னவோ. ஊசியா, கோணி ஊசியா? மிருத்யுஞ்சயன் அதே குடிசைப்பகுதி யின் பக்கம் எதற்காக செத்து விழுந்து கிடந்தான்? எப்படிச் செத்தான்? அவன் சாவுக்கும் 'கம' காரணமா? இருக்காது. நர்சிங் ஹோமில் ராதா இறந்த பிறகு மிருத்யுஞ்சயன் கருக்கலைத்தவளைத் தேடிக்கொண்டு போயிருக்கவேண்டும். அவளை மிரட்டி இருக்க வேண்டும். தன் தொழில் போலீசுக்குத் தெரிந்துவிடும் என்ற பயத்தில் அவள் அடியாட்கள் வழியாக இவனை

முடித்திருக்க வேண்டும். ராதாவைக் கொன்றவர் யார்? மிருத்யுஞ்சயனா? ராதாவின் வீட்டார்கள் அவ்விதமாகப் புரிந்துகொண்டிருக்கிறார்கள். அந்தப் பையன் தன்னையே கொலைகாரன் என்றானே. நாளைக்கு அந்தக் குடிசைப்பகுதியில் சென்று விசாரிக்கலாமா? பாவம், மிருத்யுஞ்சயனை பெங்களூரில் அவன் அப்பாவோ அம்மாவோ எதிர்பார்த்துக்கொண்டிருக்க வேண்டும். அவர்களைத் தேடுவது எப்படி? சரஸ்வதி அம்மாள் வாடகைக்காக எப்படி எல்லாம் கத்தினாள்! குலம் கெட்டவன் என்று சொன்னாளே. மிருத்யுஞ்சயன் இறந்துவிட்டான் என்று சொல்லி இருந்தால் என்ன சொல்லி இருப்பாளோ. நாளைக்கு மிருத்யுஞ்சயனின் பெயரில் அவளுடைய வாடகைப் பணத்தை எம்.ஓ. செய்யவேண்டும். மிருத்யுஞ்சயா... மிருத்யுஞ்சயா... நாளை அனாடமி பிரிவில் அவன் பிணத்தை அறுக்கவேண்டும். நண்பனின் பிணத்தை எப்படி அறுப்பது? இன்று யாராவது அறுத்துப் போட்டும் இருக்கலாம். மிருத்யுஞ்சயன்... திறந்த கண்களுடன் தன்னைக் கிண்டல் செய்வது போல வாய் திறந்த பிணம்... இப்போது கண்கள் மற்றும் மூக்கு இருந்த இடங்களில் வெறும் ஓட்டையாக இருக்கும், எல்லாப் பற்களையும் காட்டி ஏளனமாகச் சிரிக்கும் மஞ்சள் நிற மண்டை ஓடு... அதைச் சுற்றிய படம் எடுத்த பாம்பு.... மிருத்யுஞ்சயா... சிறை... கம...

"எதற்காக உளறிக்கிட்டு இருக்கே?" அம்மாவின் கை நெற்றியைத் தடவியது.

— 1978

இதிகாசம்

கிருஷ்ண மகால் ஓட்டல் அருகில் குதிரை வண்டி நின்றது. சதானந்தன் கீழே இறங்கினார். வழிநெடுக கொதிக்கும் வெயில், வெக்கை; காற்று எழுப்பிய செம்புழுதி. சதானந்தன் நெற்றி வியர்வையைத் துடைத்துக்கொண்டார். தன் கருப்புக் கோட்டின் மேல் சிகப்பாகப் பரவியிருந்த தூசியைத் தட்டினார். நாக்கைத் தொங்கப் போட்டுக்கொண்டு கண் சிமிட்டாமல் உட்கார்ந் திருந்த நோஞ்சான் நாய் உடம்பைக் குலுக்கிக் கொண்டு வந்து இவரை இரண்டு முறை முகர்ந்து பார்த்து வாலை ஆட்டியது. குதிரை வண்டிக்கார னுக்குப் பணம் கொடுக்கும்போது ஓட்டல் முதலாளியே வெளியே வந்து இரண்டு கைகளையும் கூப்பி சிரித்தார். அவர் இரண்டு கைகளிலும் இருந்த மோதிரங்கள் வெயிலில் ஒளிர்ந்தன. பையன் ஒருவன் சதானந்தனின் சூட்கேசைத் தூக்கிக் கொண்டு மாடி ஏறினான்.

"அறை எண் நான்கு சார்" என்றார் ஹோட்டல் முதலாளி.

"உடனே ஒரு காப்பி அனுப்புங்க. மதியம் ஸ்பெஷல் சாப்பாடு வேணும்" என்று சொல்லி விட்டு சதானந்தன் மாடிப்படியில் ஏறினார். வலது கையால் பட்டு வேட்டியின் நுனியைப் பற்றிக் கொண்டு சிரித்த முகத்துடன் முதலாளி அவரைப் பின்தொடர்ந்தார்.

ஓட்டலில் பலகாரம் சாப்பிட்டுக்கொண்டிருந்த மக்களுக்கு ஆர்வம், வியப்பு. இப்போது வந்தவர் யார்!

"யாரோ இன்ஜினியராக இருக்கவேண்டும்" என்றார் ஒருவர்.

"இல்லை,இன்ஸ்பெக்டராக இருக்கும்" என்றார் மற்றொருவர்.

"இன்ஸ்பெக்ட் பண்ண என்ன இருக்கு இங்கே? ஊரெல்லாம் தேடினாலும் ஒரு நூறு ரூபாய் கிடைக்காது"

"சரி, சரி யாரோ கோட்டையைப் பாக்க வந்திருக்கணும்" என்று இளைஞன் ஒருவன் சிரித்தான். மற்றவர்களுக்கு ஆறுதலாக இருந்தது.

சதானந்தன் அவர்களில் யாரையும் கவனிக்கவில்லை. அவருடைய சூட், நடை, மிடுக்கான முகம் அவர்களுக்கு மிகவும் அறிமுகமில்லாதவை. அவர் அரசாங்க அதிகாரியாக இருக்கலாம் என்று எண்ணிய சிலருக்கு பயமாக இருந்தது. தங்களுடன் இருந்த முனிசிபல் கவுன்சிலரிடமும் அவர் பேசவில்லை. ஒரு நொடியில் அவர்கள் எல்லோர் முன்னும் திருட்டு வியாபாரங்கள், அக்கிரமத் தொழில்கள் வந்து போயின. ஒரு சிலர் நடுங்கும் கைகளால் சிந்தும் வியர்வையைத் துடைத்துக்கொண்டார்கள். தீக்குச்சியால் பல் இடுக்கு களை குத்திக்கொண்டிருந்தவனுடைய கை உயிரற்றுக் கீழே விழுந்தது. வெகு நேரமாக முழு உலகை வென்றது போல கொண்டாட்டத்துடன் பேசிக்கொண்டிருந்தவர்களுக்கு முனிசிபல் கவுன்சிலர் சக்கரவர்த்தி போல காணப்பட்டான். அவன் எண்ணெயால் அழுக்குப் படிந்த வெள்ளைக் குல்லாயின் நுனியைச் சரிசெய்துகொண்டு மெல்லத் தலை தூக்கி, தன் ஒன்றைரைக் கண்ணை இரண்டாக்க முயற்சித்துக்கொண்டு, 'நான் இருக்கேன், பயப்பட வேண்டாம்' என்ற தோரணையில் முகத்தை வைத்துக்கொண்டபோது ஓட்டல் முதலாளி கீழே இறங்கி வந்தார்.

அவருடைய ஆழ்ந்த முகத்திலும் வியர்வை வழிந்து கொண்டிருந்தது. பயத்தால் அல்ல; மாடி இறங்கி வந்த களைப்பில். பட்டு ஜிப்பா மற்றும் பட்டு வேட்டி உடுத்தியிருந்த அவர் கழுத்திலிருந்து பாதம்வரை ஒரே அளவில் தூணைப்போல நடந்து வந்தார்.

"அவர் யாராம்?"

"சதானந்தன் என்று பெயர். கதை, நாவல் எழுதுவாராம்" என்றார் ஓட்டல் முதலாளி. மக்கள் நிம்மதியாக மூச்சுவிட்டார்கள். "உண்மையா?" என்றபடி முனிசிபல் கவுன்சிலர் உரக்கச் சிரித்தார்.

சதானந்தன் தூசி படிந்த படிகளில் ஏறி நெரிசலான, மெல்லிய இருள் படிந்த நடை பாதையைக் கடந்து, நான்காவது எண் அறைக்கு அருகே வரும் பொழுது பையன் கதவைத் திறந்திருந்தான். சூட்கேஸ் கட்டிலின் மேல் கவிழ்ந்திருந்தது. அறைக்குள் நடந்து வந்த சதானந்தன் நிலத்தின் மேல் தன் பூட் கால்களின் அடையாளத்தைப் பார்த்து ஒரு நொடி அதிர்ந்து போனார். நிலத்தில் ஒரு அங்குலத்திற்கு தூசி படிந்திருந்தது. கையளவு அகலத்திற்கு சட்டம் போட்டிருந்த பழங்காலத்து நிலைக் கண்ணாடியில் முகத்தைப் பார்த்தபோது தலைக்கு கிரீடம் வைத்ததுபோல ஒட்டடை. படி ஏறும்பொழுதோ நடை பாதையிலோ ஒட்டிக்கொண்டிருக்க வேண்டும். முகத்தைச் சுளித்துக்கொண்டு ஒட்டடையை முடியிலிருந்து எடுக்கும்போது முதலாளி அறைக்குள் தலையை மட்டும் நுழைத்து, “ஓய்வெடுங்க சார். உங்களுக்கு நல்ல அறை கிடைத்திருக்கிறது. சுத்தம் செய்ய ஆள் வருவான்” என்று சொல்லி மறைந்து விட்டார். சதானந்தன் கோட்டை கழற்றும்போது அவன் துடைப்பத்தைப் பிடித்துக்கொண்டு வந்தான். துடைப்பம் நிலத்தில் பட்டதுதான் தாமதம், அறையில் அடர்த்தியாக தூசு பறந்தது. மூச்சுத் திணறுவதுபோலத் தோன்றியதால் சதானந்தன் வெளியே வந்தார். நடை பாதை இருட்டில், வெகு தூரத்தில் முதலாளி வெள்ளையாகப் பல்லை இளித்துக்கொண்டு மாயமாகி விட்டார். சதானந்தனுக்கு அந்த நொடியில் கேட்டதுபோல இருந்த வளையல் சத்தம் உண்மையா பிரமையா தெரியவில்லை.

சதானந்தன் சமீபத்தில் எழுதி முடித்த இதிகாசக் கதைக்கு மேலும் சில விவரங்களைச் சேர்க்கவேண்டி இருந்தது. கோட்டையைச் சுற்றி பாளையக்காரர்கள் ஆட்சியைப் பறைசாற்றும் இடிபாட்டுச் சின்னங்களைப் பார்க்கவேண்டி இருந்தது. இதிகாச காலத்து நகரமான துர்கா இன்று கேவலம் ஒரு தாலூக்கா தலைமை அலுவலகம் மட்டும்தான். பழங்காலத்துப் பெருமைகளைச் சொல்லும் பல கட்டுக்கதைகளைக் கேட்டிருந்த சதானந்தன் இப்போது இங்கே மக்களை சந்தித்து, பாளையக்காரகளின் வம்சத்தார்கள் யாராவது இருந்தால் அவர்களைக் கண்டுபிடிக்க வேண்டும் என்று நினைத்தார். அவருடைய உற்சாகத்திற்கு எல்லையே இருக்கவில்லை.

அறை சுத்தமான பிறகு அவர் ஆடையை மாற்றிக்கொண்டு குளிக்கப் போனார். குளியலறைக்கு மறுபடியும் படிகளில் இறங்கி வரவேண்டியிருந்தது. ஓட்டலுக்குப் பின்புறம் இரண்டு குளியலறைகள் இருந்தன. பையன் ஒரு வாளி வெந்நீர் கொண்டுவந்து வைத்தான். மெல்ல குளியலை முடித்த பிறகு உடற்களைப்பு குறைந்ததுபோல இருந்தது. அறையில் தயாராக

இருந்த சாப்பாட்டை முடித்து சிறிது நேரம் உறங்கவும் செய்தார். மதியம் நான்கு மணியளவில் பைஜாமா ஜிப்பா அணிந்து, சோலாப்பூர் செருப்பைப் போட்டுக்கொண்டு கீழே இறங்கி வந்தார். கல்லாப் பெட்டிக்குப் பின்னால் மலையைப்போல அமர்ந்திருந்த முதலாளி "எந்தப் பக்கம் போறீங்க?" என்று உபசாரச் சிரிப்பு சிரித்தார்.

"உயர்நிலைப் பள்ளிப் பக்கம் போய் வருகிறேன்" என்று நடந்தார்.

"போயிட்டு வாங்க, போயிட்டு வாங்க" என்றார் முதலாளி.

ஊருக்கு வெளியே கோட்டையை ஒட்டியபடி இருந்தது உயர்நிலைப் பள்ளி. சுற்றியும் விசாலமான வயல்கள் இருந்தாலும் பசுமை படர்ந்த ஒரு செடியும் இல்லை. வராந்தா மூலையில் பீடியைப் புகைத்துக்கொண்டு ஒரு வேலையாள் அமர்ந்திருந்தான். "இங்கே கன்னடப்பண்டிதர் யார்?" என்று கேட்டதற்கு உடனே தன்னைப் பின்தொடர்ந்து வருமாறு சொல்லி சைகை காட்டினான்.

வெறும் மர அலமாரிகள் நிறைந்திருந்த ஒரு சிறிய அறையில் கன்னடப் பண்டிதர் நாற்காலி ஒன்றில் உடலைக் குறுக்கி அமர்ந்து, எதிரில் இருந்த மேசை மேல் காலை நீட்டி தூங்கிக்கொண்டிருந்தார். சுருக்கம் விழுந்த முகத்தில் புதர் போல தாடி; புருவங்களைத் தொடுவதுபோல கருப்புக் குல்லாய். வெற்றிலையால் சிகப்பாகி இருந்த உதடுகளுக்கு இடையே இரண்டு பற்கள் வெளியே எட்டிப் பார்த்தன. "சார் யாரோ வந்திருக்கிறார்" என்று சொல்லிவிட்டு வேலையாள் மறைந்துவிட்டான். திடீர் என்று பதறிப்போன கன்னடப் பண்டிதர் விறுக்கென்று எழுந்து நின்றார். சதானந்தன் தன்னை அறிமுகப்படுத்திக் கொண்டார். "ஓஹோ, எழுத்தாளரா நீங்கள்?" என்று பண்டிதர் எந்த ஆர்வமும் இல்லாமல் சொல்லிவிட்டு மறுபடியும் உட்கார்ந்தார். கதவு திறந்திருந்தது. அலமாரியில் தன்னுடைய சில நாவல்கள் இருப்பதை சதானந்தன் கவனித்தார். "பாருங்க என்னுடைய சில புத்தகங்கள் உங்க கிட்டேயும் இருக்கு" என்று அலமாரியின் அருகே நடந்தார். வெளியே மணி அடித்தது. இவ்வளவு நேரமும் அடைபட்டது போல இருந்த பையன்கள் விடுதலையான கொண்டாட்டத்தில் கத்திக்கொண்டே வெளியே ஓடும் சத்தம். கன்னடப் பண்டிதர் உடனே எழுந்து நின்று, நெளிந்து, புத்தகம் இருந்த அலமாரியை சத்தமெழ மூடிவிட்டு "நடங்க, போலாம்" என்றார். வெளியே வந்துகொண்டே சதானந்தன் தன்னுடைய விவரம் சேகரிக்கும் வேலையில் உதவ வேண்டும் என்று பண்டிதரிடம் கேட்டுக்கொண்டார். எழுத்தாளர் ஒருவரை முதல் முதலாக சந்தித்தாலும் கன்னடப் பண்டிதரின் முகத்தில்

எவ்விதமான உணர்ச்சியும் தெரியவில்லை. அவ்வப்போது கையைப் பிசைந்துகொண்டே உற்சாகமில்லாமல் அவர் பேச்சில் மூழ்கினார்:

“இப்படிப்பட்ட குப்பையில வாழறது எவ்வளவு சிரமமுன்னு உங்களுக்குத் தெரியாது. எங்க பாடு யாருக்கும் வேண்டாம். எதையாவது படிக்க எங்களுக்குப் பொறுமை இல்லைன்னு சொல்லமாட்டேன். புத்தகங்கள் நிறையவே இருக்கு. ஆனா படிக்கறதுனால என்ன பயன்? இந்த மாதிரி இடத்தில வாழ்ந்து, இந்த இடத்திலேயே சாக இருக்கிற நான் இதுவரைக்கும் படிச்சதே போதும். நாங்க எல்லாம் பிணங்க அல்ல; ஆனால் நோயாளிகள்.”

சதானந்தன் அதிர்ந்து போனார். கன்னடப் பண்டிதர் பேச்சைத் தொடர்ந்தார். “படிப்பது மட்டும் நோக்கம் அல்ல. அதனால் நாம் மேன்மை அடையலாம் என்று நீங்கள் சொல்லலாம். அது பொய். புத்தகம் எப்போதும் புத்தகம்தான். அதற்கு மனிதனின் உயிர் கிடையாது. எனக்கு உங்களைப் போன்றவர்களின் பெரிய பெரிய நூல்கள் தேவை இல்லை. மகிழ்ச்சியாக வாழும் நான்கு நண்பர்கள் இருந்தால் போதும். புத்தகங்கள் வெறும் பிரமையை ஏற்படுத்துகின்றன. அங்கே நம் சமூகத்தின் நாடித் துடிப்பில்லை. நீங்கள் தவறாக நினைக்காவிட்டால் ஒன்று சொல்கிறேன் கேளுங்கள். எனக்கு இந்த ஊரிலிருந்து எங்கேயாவது வெகுதொலைவிற்கு ஓடி விடலாம் என்று தோன்றுகிறது. பெங்களூருக்கானாலும் சரி. அங்கே ஒரு பாரில் வெய்டர் வேலை கிடைத்தாலும் போதும். எனக்கு ஏதாவது அதிகாரம் கிடைத்தால் இப்படிப்பட்ட சின்ன ஊர்களை எல்லாம் அழித்துவிடுவேன். பசி, ஏழ்மையை விடவும் இங்கேயுள்ள தனிமை மிகவும் கொடூரமானது.”

சதானந்தனுக்கு அவருடைய துயரம் புரிந்தது. ‘அதிசய மனிதர்’ என்று நினைத்துக்கொண்டு அவரை ஆசுவாசப்படுத்தும் வார்த்தைகளைப் பேசவில்லை.

இருவரும் பேசிக்கொண்டே விசாலமான தெருவொன்றில் நடந்தார்கள். சிறிது தொலைவு போன பிறகு மூன்று மாடிகள் கொண்ட ஒரு அழகான வீடு சதானந்தனின் கண்களுக்குத் தெரிந்தது. ஊர் முழுவதும் இருக்கும் எல்லா வீடுகளையும் மீறி நிமிர்ந்து நின்றிருந்த அந்தப் பெரிய வீட்டைப் பார்த்ததும் சதானந்தனுக்கு ஆர்வம் உண்டானது.

“இந்த வீடு யாருடையது?” என்றார்.

“ஒரு பணக்காரனுடையது. குரப்பா என்பவனுடையது. உண்மை சொல்ல வேண்டும் என்றால் இந்த ஊர் முழுவதும்

அவன் கையில் இருக்கிறது. கூடிய விரைவில் அவன் எம்.எல்.ஏ வாக ஆகிவிடுவான். தூக்கில் தொங்கவேண்டியவன் பெருமையா வாழுறான் பாருங்க.”

“குரப்பா என்னும் பெயரில் எனக்கு ஒருவனைத் தெரியும். பெங்களூரில் லா படித்துக் கொண்டிருந்தான். பட்டமும் கிடைத்தது. பட்டச் சான்றிதழை ஃபோர்ஜரி செய்ததாக கோர்ட்டில் கேசும் நடந்தது.”

“அது பழைய கதை. எந்தச் சட்டமும் அவனை ஒன்றும் செய்யாது. பொண்டாட்டி முலைப்பாலைக் கறந்து, அதில தண்ணி கலந்து பிள்ளைகளைக் குடிக்கவைக்கும் ஆள் அவன்.”

“அப்படி என்றால் அதே குரப்பாவாகத்தான் இருக்க வேண்டும்.”

“இருக்கலாம். அப்படி மற்றொரு ஆள் இருக்க முடியாது. நீங்கள் அவனைப் பார்க்க வேண்டும். யாருக்கும் பயப்படும் ஆசாமி அல்ல அவன்.”

பக்கத்திலேயே ஒரு பார் இருந்தது. சதானந்தன் பண்டிதரை அழைத்துக்கொண்டு பாருக்குள் நுழைந்தார். உள்ளே அப்படி ஒன்றும் கூட்டம் இருக்கவில்லை. மூலையில் இருந்த மேசைக்கு இருவரும் போய் உட்கார்ந்தார்கள். சதானந்தன் ஒரு சிகரெட்டைப் பற்ற வைத்து வெயிட்டரிடம் இரண்டு பீர் கொண்டுவரச் சொன்னார். ஆசிரியருக்கு மகிழ்ச்சியாக இருந்தது. அதைக் காட்டிக்கொள்ளாமல் எப்போதும் இல்லாத சங்கடத்தை வரவழைத்துக்கொண்டு வெகுளியாகப் பல்லிளித்தபடி கண்ணாடியை எடுத்து துடைத்துக்கொண்டார். சதானந்தன் முன்னே தள்ளிய பேக்கிலிருந்து ஒரு சிகரெட்டை எடுத்து வாயில் வைத்துக்கொண்டார். சதானந்தன் அவர் சிகரெட்டைப் பற்ற வைக்கும்போது அவர் கை நடுங்குவதை கவனித்தார். “பாளையக்காரர் வம்சத்தார்கள் யாராவது கிடைப்பார்களா?” என்று கேட்கும் போதே நான்கைந்து பேர் பாருக்குள் வந்தார்கள். அவர்களை அறிந்திருந்த பண்டிதர் புன்னகைத்தார். வந்தவர்களின் முகங்களை கவனித்த சதானந்தனுக்கு அவர்கள் ஊர் பெரிய மனிதர்களாக இருக்கலாம் என்று தோன்றியது. “இங்கேயே வாருங்கள்” என்று பண்டிதர் அழைத்தார். அவர்கள் எல்லோரும் சிரித்துக்கொண்டே வந்து நாற்காலியில் அமர்ந்தார்கள். எளிமையான ஆடை அணிந்திருந்த போலீஸ் துறையைச் சேர்ந்த ஒருவர், “உங்களை சந்திப்பதில் மிக்க மகிழ்ச்சி. உங்கள் கதை, நாவல்களைப் படித்திருக்கிறேன்” என்றார். பிறகு எல்லோருடனும் அறிமுகமானது.

“நான் ராமகிருஷ்ணன். இங்கே போலீஸ் சப் இன்ஸ்பெக்டர்.”

“டாக்டர் கிருஷ்ணமூர்த்தி.”

“பசவராஜு. இங்கே இங்கே ஹைஸ்கூல் ஹெட் கிளார்க்.”

“முனியப்பா, டவுன் முனிசிபல் கவுன்சிலர்.’

“ராமேகௌட, லாயர்ஸ் கிளப் பிரெஸிடெண்ட்.”

ஓரிரு நிமிடங்களில் சதானந்தனின் நோக்கம் அவர்களுக்குப் புரிந்துவிட்டது. துர்கத்தின் புராணப் பின்னணியில் புனைகதை எழுதவேண்டிய அவசியம் முன்னைவிடவும் இப்போது அதிகமாக இருப்பதாகவும், இந்தப் புனைகதை வழியாக துர்க்கத்தை உலகப் புகழடையச் செய்யவேண்டும் என்றும் கவுன்சிலர் முனியப்பா மேசையைத் தட்டி ஆரவாரமான குரலில் பேசினார். இரண்டு பியர் வந்தது. சதானந்தன் மற்றவர்களுக்கும் ஆர்டர் செய்தார்.

“நீங்கள் துர்க்கத்திற்கு நாளை போகவேண்டாம். நாளை மறுநாள் ஞாயிற்றுக் கிழமை. நாங்கள் கூடவே வந்து எல்லா இடங்களையும் காட்டுகிறோம்” என்றார் பசவராஜு. சதானந்தன் சம்மதித்தார். வெய்ட்டர் பியரை கிளாஸ்களில் ஊற்றினான். கைக்கு பியர் கிளாஸ் வந்த பிறகு எல்லார் முகத்திலும் புதுக்களை தெரிந்தது.

“இங்கே வாழ்க்கை எப்படி” என்றார் சதானந்தன்.

“அய்யோ, அதை ஏன் கேக்கறீங்க. நாங்க இங்கே உயிரோட சமாதியாகி இருக்கோம்” என்று புருவத்தைச் சுளித்தார் ராமகிருஷ்ணன்.

“உங்களுக்கு அப்படி என்ன சிரமம்? இந்த மண்ணின் கண்மணிகள் தானே நீங்கள்? ஏட்டை வேலை செய்யச் சொல்லிவிட்டு சும்மா உட்கார்ந்திருப்பீர்கள். மாதம் ஆனால் கைநிறைய சம்பளத்தை எண்ணி வாங்கறீங்க” என்றார் டாக்டர் கிருஷ்ணமூர்த்தி.

“அப்படி அல்ல, தினம் எட்டு கொலை, பத்து கொள்ளை நடக்கற இந்தக் குப்பையில ஒவ்வொன்றையும் விசாரிச்சு மக்களை கட்டுப்பாட்டுடன் வைப்பதற்குள் போதும் போதுமென்றாகி விடும். எங்களுக்கு கொடுக்கும் சம்பளம் கூட எதுக்கும் போதாது.”

“என் வேலையின் சிரமம் ஆண்டவனுக்குத்தான் தெரியும். மாதம் முழுவதும் சுற்றி இருக்கும் கிராமங்களில் அலைய வேண்டும். பல நாட்களுக்கு மதிய சாப்பாடு கூட கிடைக்காது. பிறகு இரவு தூக்கமும் இருக்காது. யாரோ ஒருத்தனுக்கு கொஞ்சம்

உடம்பு சூடானால் போதும், ரொம்ப காய்ச்சலுன்னு சொல்லி பாதி ராத்திரியில சொல்லி அனுப்புவாங்க. போன பிறகு பணமும் கிடையாது. ஓசியில மருந்து தரணும்.”

“இந்த தாலூக்காவில ஆரோக்கிய நிலைமை எப்படி இருக்கு?” என்று சதானந்தன் கேட்டார்.

“எப்படி இருக்குன்னு கேக்கறீங்களா? வருசத்துக்கு பத்தாயிரம் பேர் நோய்வாய்ப்படறாங்க. ஆனாலும் ஒரு ஐம்பது ரூபாய்க்கு மேல வருமானம் கிடையாது.”

“அப்ப உங்களுக்கு வர்ற சம்பளம் போதாதுன்னு சொல்லுங்க.”

“எதுக்கும் போதாது.”

“சும்மா இருங்க டாக்டர். என்ன சொல்றீங்க?” என்று நடுவே வாயை நுழைத்தார் ராமகிருஷ்ணன். “மாதம் எழுநூறு ரூபாய் சம்பளம் வாங்கறீங்களே, போதாதா? எங்கள் பாடு மிகவும் சிரமம், சதானந்த் சார். எங்க கையில அதிகாரம் இருக்கு, எங்க அதிகாரத்துக்கு மக்கள் பயப்படுவாங்க. சில நேரம் திருட்டுப் பசங்க உயிரும் எங்க கையில இருக்கும். ஆனாலும் எந்த சுகமும் கிடையாது பாருங்க. வர்ற பணம் எதுக்கும் போதாது.”

அவர்களில் யாரும் வாழ்க்கையை மகிழ்ச்சியாகக் கழிக்கவில்லை. நாடே அவர்களுக்கு துரோகம் செய்தது போல அவர்கள் ஒருவரை ஒருவர் தூற்றிக்கொண்டார்கள். சதானந்தன் மூணாவது ரவுண்ட் பியர் ஆர்டர் செய்தார். பேச்சு தலைகால் தெரியாமல் பாய்ந்தது. ராமேகௌடா “உங்கள் நாவல்கள் எங்கே கிடைக்கும்?” என்று கேட்டார். கவுன்சிலர் முனியப்பா “எழுத்தாளர்கள் உண்மையாகவே சுகவாசிகள்” என்றார்.

“இல்லையா பின்னே. அவங்க எல்லாம் புத்தியைப் பயன்படுத்தி எழுதி பணம் சம்பாதிக்கறாங்க” என்றார் ஹெட் கிளார்க் பசவராஜு.

“அ.நா.க்ரு நாவல் எழுதியே பெரிய வீடு கட்டினாராம்” என்று ராமேகௌடா சொன்னபோது எல்லோர் புருவங்களும் ஆகாயத்தைப் பார்த்தன. சதானந்தன் பில்லைக் கொடுத்துவிட்டு “புறப்படலாமா?” என்று எழுந்தபோது இரவு பத்து மணி. சதானந்தனுடன் எல்லோரும் கைகுலுக்கிவிட்டு தங்கள் வீட்டுப்பக்கம் நடந்தார்கள். ஆனால் டாக்டர் கிருஷ்ணமூர்த்தி மட்டும் சதானந்தனுடன் ஓட்டல்வரை வந்தார். வழி நெடுக திரும்பவும் அதே பேச்சு:

“என்னமோ எங்கள் வாழ்க்கையில் மகிழ்ச்சியே இல்லை சார். இந்த ஊரில் எப்படிப்பட்ட பயங்கரமான சங்கதிகள் நடக்கிறது

என்பது அவ்வளவு எளிதாகத் தெரிவதில்லை. நான் இங்கே வந்து நான்கு ஆண்டுகள் ஓடிவிட்டன. வந்த புதிதில் ஒரு கொலை நடந்தது. ஒரு கிழவனின் மனைவி மிகவும் அழகாக இருந்தாள். ஒரு பணக்காரனைத் திருமணம் செய்துகொண்டு இப்பவும் இருக்கா. நான் கொலையானவனின் உடலை போஸ்ட் மார்டம் செய்யவேண்டி இருந்தது. அப்போது இயற்கை மரணம் என்று சான்றிதழ் கொடுக்காவிட்டால் உங்க உயிர் இருக்காதுன்னு ஊர்த் தலைவர் ஒருவர் வற்புறுத்தினார். கொலையானவரின் மனைவியும் அதையே கேட்டாள். சரி, என் உயிரைக் காப்பாற்றிக்கொள்ள 'நேச்சுரல் டெத்' என்று சர்டிபிகேட் கொடுத்தேன். இந்த ஊரில சில பேர் இருக்காங்க, எதுக்கும் தயங்க மாட்டானுங்க சார் அவனுங்க. நியாயமாப் பேசினா அடிப்பானுங்க" என்ற டாக்டர் கிருஷ்ணமூர்த்தி திடீரென்று சதானந்தனின் காதருகில் வந்து: "அவனுங்களுக்கு அரசாங்க ஒத்துழைப்பு இருக்கறதால ஒன்னும் செய்யமுடியாது ...சரி, நான் இனி வர்றேன்" என்று சொன்னார்.

சதானந்தன் டாக்டரை அனுப்பிவிட்டு ஓட்டல் மாடிக்குச் சென்றார். மனம் முழுதும்ஞ பாரில் நடந்த பேச்சுக்கள்தான். தான் சேகரிக்க வேண்டும் என்று இருந்த செய்திகளுக்கு எதிர்மாறான பேச்சுக்கள். நாளைக்கும் இப்படிப்பட்டவர்களே கிடைத்தால் என்ன நேருமோ என்று எண்ணினார். சாப்பிட்டு விட்டு, படுக்கையில் உருண்டபோது தான் வந்த வேலை நடக்காது என்று தோன்றியது. பணத்தைத் தவிர இந்த மக்களுக்கு வேறு எதுவும் தேவை இல்லை என்று முடிவு செய்தார். உடனே கன்னட பண்டிதர் வர்ணித்த குரப்பாவின் நினைவு வந்தது. கூடவே டாக்டர் சொன்ன கொலை நிகழ்வும் தலை தூக்கியது. மக்கள் 'செயலற்றவர்களல்ல' என்று எண்ணினார். வெகு நேரத்திற்குப் பின் தூக்கம் வந்தது.

மறுநாள் சதானந்தன் தாமதமாக எழுந்தார். குளியலையும், சிற்றுண்டியையும் முடித்துக்கொண்டு, ஓட்டலிலிருந்து புறப்பட்டபோது மணி பதினொன்றாகி இருந்தது. கடை யொன்றில் சிகரெட் வாங்கிக் கொண்டிருந்தபோது யாரோ "வணக்கம் சார்" என்றதுபோல தோன்றியது. திரும்பிப் பார்த்தால் ஒரு பையன் சிரித்துக்கொண்டிருந்தான். பட்டை யான கரை போட்ட வேட்டியை உடுத்தி இருந்தான். மேலே ஒரு வெள்ளை அங்கி. நெற்றியில் புருவங்களுக்கு இடையே குங்குமம். வியப்பு மின்னும் கண்கள். இரண்டு கைகளையும் கூப்பி, "என் பெயர் ராமு சார்" என்றான். சதானந்தன் சிகரெட்டைப் பற்றவைத்துக் கொண்டே "வணக்கம்" என்றார்.

"நான் உங்கள் நாவல்களை எல்லாம் படித்திருக்கிறேன் சார். துர்க்கத்தைப் பற்றி ஒரு புதிய நாவல் எழுதுவதாக கேள்விப்பட்டேன் சார். எழுதி முடிந்துவிட்டதா?"

தன்னை அடையாளம் கண்டுகொள்பவர் இந்த ஊரில் ஒருவராவது கிடைத்தாரே என்று சதானந்தன் பெருமை கொண்டார். நாவலுக்கு வேண்டிய சில விவரங்களைத் தேடிக்கொண்டு இங்கே வந்திருப்பதாகச் சொன்னார். பையன் மிகவும் உற்சாகத்துடன் இருப்பதுபோலத் தெரிந்தது.

"எங்கள் வீட்டுக்குப் போகலாம் சார். எங்கள் தாத்தா இருக்கிறார். அவருக்கு இந்த துர்க்கத்தின் புராணம் முழுவதும் தெரியும். வாங்க சார் . . . வாங்க" என்று பையன் சதானந்தனின் கையைப் பிடித்து இழுத்தான்.

பழங்காலத்து ஓட்டு வீடு. நான்கு அடி உயரத்து பழைய மரக் கதவு. சதானந்தன் குனிந்துகொண்டே உள்ளே நுழைய வேண்டி இருந்தது. காற்றும் வெளிச்சமும் இல்லாத அந்த வீட்டுக்குள் செல்வது அவருக்கு துர்க்கத்தின் ஒரு சுரங்கத்திற்குள் நுழைவது போல இருந்தது. பையன் மேலும் இருள் சூழ்ந்திருந்த ஒரு அறைக்கு அழைத்துச் சென்றான். அங்கே கருப்பாகிப் போன மரக் கட்டில் மேல் மான் தோல் விரிப்பின் மீது ஒரு முதியவர் கண்கள் மிரள உட்கார்ந்திருந்தார். அகலமான நெற்றியில் தலைப் பக்காம் நீண்டிருந்த ஒரு சிகப்பு நாமம். காதில் கடுக்கன். கழுத்தில் ருத்திராட்ச மாலை. கண்கள் மட்டும் பார்ப்பவர்களைத் துளைப்பதுபோல கூர்மை. ராமு சதானந்தனை அறிமுகப்படுத்தியபோது அந்த மனிதர் "அப்படியா?" என்று சொல்லிக்கொண்டே அவர் கையைத் தொட தடுமாறினார். விரிசல்கள் விழுந்த மரத்தைப் போன்ற கை. திறந்த வாயில் மஞ்சள் நிறத்திற்கு மாறி இருந்த இரண்டே பல். "தாத்தாவுக்குக் கண் தெரியாது" என்றான் ராமு. சதானந்தன் முன்னால் நகர்ந்து தாத்தாவின் கையைத் தொட்டார்.

"நீங்க துர்கத்தைப் பற்றி நாவல் எழுதறதாக எங்க பையன் சொன்னான். மாரநாயகன் இருந்தானே, அவன் ஆளுமையை எப்படிச் சித்தரித்திருக்கிறீர்கள்?"

இனி என்ன இப்பவோ அப்பவோ என்று காணப்பட்ட அந்த முதியவரின் உற்சாகத்தைப் பார்த்து சதானந்தனுக்கு மிகவும் மகிழ்ச்சியானது.

"நன்றாக சித்தரித்திருக்கிறேன். மக்கள் மீது மாரநாயக்கனுக்கு இருந்த அன்பு, அவனுடைய தானதர்மம், தெய்வ பக்தி, சக்தி பராக்கிரமம், அவன் கட்டிய கோயில்கள், குளம், தர்ம

சத்திரங்கள் . . . எல்லா நிகழ்ச்சிகளையும் விரிவாகப் பதிவு செய்திருக்கிறேன்.

“அது சரீப்பா, எல்லோரும் அதைத்தான் எழுதாறாங்க. ஆனால் அவன் தளவாய் வெங்கநாயக்கனைக் கொலை செய்தது, அவன் மனைவியைத் தன்னுடைய அந்தப்புரத்திற்குள் இழுத்துக்கொண்டது ... ?”

“அது என்ன பெரிய விஷயம் விடுங்க” என்றான் சதானந்தன்.

கண் தெரியாமல் இருந்தாலும் தன் எதிரில் இருப்பவனை வகிர்ந்து விடுவதுபோல பார்த்தார் தாத்தா. சதானந்தனின் முகத்தில் இருந்த அலட்சிய எண்ணத்தை துச்சமாக மதிப்பதைப்போல அவர் உதட்டைக் கோணலாக்கினார்.

“ஒரு கொலை நடந்தால் என்ன, ஆயிரம் கொலை நடந்தால் என்ன . . . கொலை கொலைதான் அல்லவா . . . உண்மை உண்மைதானே ..? உங்க விருப்பம், எதையாவது எழுதுங்க” என்று அவர் அமைதியானார்.

ராமு காப்பி கொண்டுவந்து கொடுத்தான். தன்னைப் போன்ற எழுத்தாளரைக் கிண்டல் செய்யும் இந்தக் கிழவனின் போக்கைக்கண்டு சதானந்தனுக்கு சங்கடமாக இருந்தது. இந்த கிழட்டுக் கபோதியிடம் பேசிப் பயனில்லை என்று எண்ணி, “நான் இனி புறப்படறேன்” என்று எழுந்தார்.

“போய் வாருங்கள் ...போய் வாருங்கள் ...” என்றார் தாத்தா.

ராமுவின் தாத்தாவுடைய பேச்சில் இருந்த முரண்நகை புரிந்தது. தெருவில் சதானந்தனுடன் நடந்துகொண்டே “எங்க தாத்தா பழங்காலத்துக்காரரர் சார் ... அவருக்கு இந்தக் காலத்து நயம் நாசூக்கு எல்லாம் தெரியாது . . .” என்றான். சதானந்தன் அமைதியாகப் புன்னகைத்தார்.

வெகு நேரமாக அவர்கள் கோயில்கள், கோட்டை கொத்தளங்கள், சுரங்கப்பாதைகள்கள், அரண்மனை இருந்த இடம் என சுற்றித் திரிந்தார்கள். கோட்டைக்கு வெளியே ஓடிக்கொண்டிருந்த நதிக்கரையில் அமர்ந்தார்கள். தன் நாவலைப்பற்றி ராமு சொல்லிக்கொண்டிருந்த ஒவ்வொரு விஷயத்தையும் கேட்டு சதானந்தன் புல்லரித்துப்போனார். மிகவும் வெயில் ஏறிய பிறகு அவர்கள் கடைத்தெருவின் பக்கமாக நடந்தார்கள். மளிகைக் கடையொன்றில் கந்தல் அணிந்த பெண்ணொருத்தி வெற்றிலைபாக்கு மென்றுகொண்டு இவர் பக்கம் உற்றுப்பார்த்தாள். நிறைந்த தேகம், யாரோ கூலி செய்பவளாக இருக்கவேண்டும். ராமு திடீரென்று, “சரி நான்

புறப்படவா சார்? காலையில் சீக்கிரமே ஓட்டலுக்கு வருகிறேன். இன்னும் கொஞ்சம் சுற்றிப் பார்க்கலாம்" என்று பதிலுக்கும் காத்திருக்காமல் புறப்பட்டுப் போனான். அவனுடைய வேகத்தைக் கண்ட சதானந்தன் ஒரு நொடி அதிர்ந்துபோனார்.

"கோட்டைப் பக்கம் போயிருந்தீங்களா என்ன?" என்று யாரோ கேட்பது போல இருந்தது. திரும்பிப் பார்த்தால் முனிசிபல் கவுன்சிலர். சதானந்தனுக்கு அவருடன் பேசும் மனமில்லை.

"ஆமா, பசிக்குது, ஓட்டலுக்குப் புறப்பட்டேன்" என்றார்.

"ஆகட்டும் . . . ஆகட்டும், சாப்பாடு முடியட்டும்..." என்று கவுன்சிலர் எல்லாப் பற்களையும் திறந்து காட்டுவதுபோல கண் சிமிட்டி சிரித்தார்.

சதானந்தன் ஓட்டலில் சாப்பிட்டுவிட்டு படுக்கையில் உருண்டார். ராமுவுடைய தாத்தாவின் அதிகப் பிரசங்கித் தனத்தை சகித்துக்கொள்ள வேண்டிதாயிற்று. அந்தக் குருடனுக்கு எவ்வளவு திமிர் என்று தோன்றியது. "எதையாவது எழுதுங்க" என்று சொன்னபோது அந்தக் கிழவனின் உதடுகள் ஏளனத்துடன் விரிந்ததே? எதற்கு? கோடிக்கணக்கான மக்களை ஆண்ட ஒரு தலைவனை கேவலம் ஒரு அற்பத்தனமான சங்கதிக்காக நீசன் என்று பழிக்கிறாரே? மேலும் அந்தக் கிழவன் பிறப்பிலிருந்தே குருடனாக இருக்கவேண்டும். ஒருவேளை பலரிடமிருந்து கேட்டறிந்த செய்திகள் வழியாகவே அவருக்கு துர்கத்தின் வரலாறு தெரிந்திருக்கும். அவருக்கு பார்க்கும் கண் இருந்தால், இங்கே இருக்கும் கோட்டை ஒன்றே போதுமல்லவா? மாரநாயக்கன் அற்புதமான அரசன் என்று நிரூபிக்க. போகட்டும், என்னுடன் அவர் நடந்துகொண்ட முறை! வாழ்க்கை முழுவதும் ஒரு நாவலைக்கூட புரட்டி இருக்காத மனிதன் . . . ஏதேதோ சிந்தனைகளில் மூழ்கி உறங்கிவிட்ட சதானந்தன் திடீரென்று எழுந்து உட்கார்ந்தபோது இரவு ஒரு மணியோ, இரண்டு மணியோ. உடம்பெல்லாம் அரித்தது. கட்டிலிலிருந்து எழுந்து விளக்கைப் போட்டார். கண்முன்னால் நான்கைந்து மூட்டைப் பூச்சிகள் ஓடிக்கொண்டிருந்தன. வெளியே யாரோ நடமாடும் சத்தம். கதவிடுக்கில் எட்டிப் பார்த்தபோது கண்ட காட்சியால் சதானந்தன் தேகமெங்கும் வியர்த்தது. பெண் ஒருத்தியின் கையைப் பிடித்து அழைத்துக்கொண்டு சென்ற முதலாளி பக்கத்து அறைக்குப் போய் கதவை சாத்திக்கொண்டார். அட, அந்தப் பெண்ணை எங்கேயோ பார்த்த நினைவு, எங்கே? . . . எங்கே? . . .

○○○

ஏதோ குழப்பத்தில் மூழ்கி இரவெல்லாம் புரண்டுகொண்டே இருந்த சதானந்தனுக்கு விடியற்காலையில்தான் தூக்கம் வந்தது. யாரோ கதவைத் தட்டும் சத்தத்தால் விழித்தவர் சபித்துக்கொண்டே உடம்பை நெளித்துப் படுக்கையிலிருந்து எழுந்தார். கொட்டாவி விட்டுக்கொண்டே கதவைத் திறந்த போது "புறப்படலாமா சார்" என்றான் ராமு. இன்று நெற்றியில் குங்குமம் இல்லை. ஊதா பேண்ட் மேல் வெள்ளைச் சட்டை அணிந்திருந்தான். உதட்டில் யாரையும் கவரும் வெகுளிச் சிரிப்பு. "வா, வா உட்கார்" என்று ராமுவை ஒரு நாற்காலியில் உட்காரச்சொன்னான். "உனக்கு நேற்றே கொடுக்கவேண்டும் என்றிருந்தேன்" என்று தன் சூட்கேசிலிருந்து ஒரு நாவலை எடுத்தார். ராமுவின் கண்கள் மலர்ந்தன. சதானந்தன் தன் நாவலில் கையொப்பமிட்டு, "இது உனக்கு" என்று அவனிடம் கொடுத்தார். ராமு அவசரத்துடன் பக்கங்களைப் புரட்டினான்.

குளித்து, பலகாரம் சாப்பிட்டுவிட்டு இருவரும் அறையி லிருந்து புறப்படும் போது ஏறத்தாழ பதினொரு மணி.

"இன்னைக்கு பெரிய சுரங்கத்துக்குள் போலாமா சார்?" என்று கேட்டான் ராமு.

"ஓ, போலாம்."

இருவரும் அருகருகில் நடந்தார்கள். ராமு ஒரு நிமிடமும் ஓய்வில்லாமல் துர்கத்துக்காரர்களின் கதையைச் சொன்னான்:

"என்ன ஆனாலும் சார், இந்த ஊர் மக்களை மட்டும் நம்பக்கூடாது. எல்லாரும் திருடனுங்க சார். இங்கே குரப்பான்னு ஒருத்தன் இருக்கான் . . . நீங்களும் பாக்கணும் . . . அவன் ஒரு அரக்கன் சார். பிறகு நேத்து நீங்க சந்திச்சதா சொன்னீங்களே . . . அந்த முனிசிபல் கவுன்சிலர். பெரிய கில்லாடி . . . சார். அவன் உரக்க சிரித்தான்னு சொன்னா ஏதோ தில்லுமுல்லு செஞ்சிருக்கான்னு அர்த்தம். அப்படிப் பார்த்தா குரப்பாவைவிட இவன்தான் பெரிய திருடன். பாவம் சார், டாக்டர் கிருஷ்ணமூர்த்தி இருக்காறல்ல அவருக்கு . . . என்னவெல்லாம் . . . தொந்தரவு . . ."

கருப்பு அம்பாசிடர் கார் ஒன்று சட்டென்று வந்து அவர்களுக்கு அருகில் நின்றது. ராமு உடனே பின்னால் ஒதுங்கி விட்டான். அம்மைத்தழும்புகளுடன் இருந்த முகத்தில் மீசைதான் எடுப்பாக இருந்தது. மீசையைப்போலவே அடர்த்தியான புருவங்கள். கோபத்தைக் கக்குவதைப்போல அகன்ற கண்கள். அவர் "ஊம்" என்றபடி காரின் கதவைத் திறந்து வெளியே வந்தார். கச்சை வேட்டி, பட்டு ஜிப்பா, காலில் கிறீச் என்று ஓலமிடும் செருப்புகள். என்னமோ பார்த்ததுமே சதானந்தனுக்கு

இவர்தான் குரப்பா என்று தோன்றியது. அவர் சதானந்தன் தோள் மீது கை வைத்தபடி, "சதானந்தனாடா நீ? நேத்தில இருந்து உன்னைத் தேடிக்கிட்டு இருக்கேன்" என்றார். சதானந்தன் மெல்ல சிரித்தார் அவ்வளவுதான். பிறகு அவரே பேசினார்: "நாவல் எழுத கதையைத் தேடிக்கிட்டு வந்திருக்கிறாயா? அப்படி நாவலின் மூலப் பொருட்கள் எதுவும் எனக்குத் தெரியாது. ஆனால் உன்னுடைய ரெண்டொரு புத்தகத்தை படிச்சிருக்கேன். நீங்க எல்லாம் காத்துல கோபுரம் கட்டற ஆளுங்க. நீங்க எழுதற நாயகனுங்க எல்லாம் சற்குணம் நிறைந்தவர்கள்; மிகவும் நேர்மையானவனுங்க. உலகத்தில உங்களுக்கு கெட்டவனே தெரியமாட்டாங்க. இருக்கட்டும், இன்னும் ரெண்டு நாள் இருப்பதானே? வீட்டுக்கு வா போலாம். இன்னைக்கு அங்கேயே சாப்பாடு பலகாரம் எல்லாம்."

"இன்னைக்கு வேணாம், எனக்கு கொஞ்சம் எழுதவேண்டியது இருக்கு" என்றார் சதானந்தன்.

"எழுதறது எதுவா இருந்தாலும் பெங்களூரில எழுதிக்க; உன்னை கேக்கறவங்க யாரும் கிடையாது. சரி, நட, நட."

"இல்லை, ஓட்டல்ல எனக்காக ஒருத்தர் காத்திருக்கார்."

"காத்திருக்கட்டும். நீ என்கூட இருக்கறேன்னு அவருக்கு சொல்லி அனுப்பலாம். பிறகு அந்த ஓட்டல் சாப்பாட்டைவிட பல மடங்கு நல்ல சாப்பாட்டை எங்க வீட்டில இருக்கற ஆடுமாடுகளுக்குப் போடறோம். வாப்பா சும்மா."

"பாரு, எனக்கென்னவோ ரொம்ப அசதியா இருக்கு. ஓட்டலுக்குப் போய் படுத்தா போதுமுன்னு இருக்கு. இன்னைக்கு உங்க வீட்டுக்கு வேணாம்."

"இங்கே பாரு சதானந்தா, எங்க வீட்டுக்கு வர உனக்கு விருப்பமில்லைன்னு எனக்குத் தெரியும். என்னைப் பற்றி இந்த ஊர்க்காரனுங்க அப்பவே கதை அளந்திருப்பானுங்க சரிதானே?"

"இல்லை இல்லை உன் மேல அவங்க எதுக்கு கதை கட்டணும்?"

குரப்பா அவரை இழுத்து கார் முன் இருக்கையில் தள்ளினார். எதிர்பாராத இந்த வலுக்கட்டாயத்தால் அவர் அதிர்ந்துபோனார். அருகில் உட்கார்ந்த குரப்பா வெற்றியைச் சாதித்தவர் போல அட்டகாசமாகச் சிரித்து காரை ஸ்டார்ட் செய்தார். அப்போதே கண் இருண்டதுபோல அசையாமல் அமர்ந்திருந்த சதானந்தன் ராமுவைத் தேடினார். ராமு எங்கேயும் காணவில்லை.

"பாருய்யா சதானந்தா, இந்த ஊரில என்னைப் பத்தி ஒவ்வொருத்தரும் ஒவ்வொரு கதை சொல்லுவாங்க. நீ அப்பவே

அப்படி பல கதைகளைக் கேட்டிருக்கலாம். முந்தாநாள் நான்கைந்து பேருக்கு பீர் வேற வாங்கிக் கொடுத்திருக்கே. ஆனா நீ முட்டாளுப்பா. அதில ரெண்டுபேர என் ஆளுங்கன்னு உனக்குத் தெரியாது. அந்த டாக்டர் கிருஷ்ணமூர்த்தி என்ன சொன்னான்?"

சதானந்தனுக்கு குழப்பமானது. குரப்பா மிகவும் ஆபத்தானவ ராகத் தெரிந்தார். முந்தாநாள் இரவு கொலையானவனின் மனைவியைப் பற்றி கிருஷ்ணமூர்த்தி சொன்னது நினைவிற்கு வந்தது. சிறிது துணிவை வரவழைத்துக்கொண்டு, "ஒன்னும் சொல்லலையே" என்றார்.

"முந்தாநாள் எதுவும் சொல்லலையா? அப்படீன்னா இன்னைக்கோ நாளைக்கோ சொல்வான். பாருய்யா சதானந்தா, என் மனைவி இந்த ஊரிலேயே பெரிய அழகி. அவ மேல அந்த டாக்டருக்கு ஒரு கண். அவள் இந்த குரப்பன் சொத்துன்னு அந்த தேவடியாப் பயலுக்கும் தெரியும். அதுக்காக அவளைப் பத்தி தேவையில்லாத கதையைக் கட்டறான். நடக்கட்டும் . . . நடக்கட்டும் . . . இன்னொரு வாரத்தில அவனை பெங்களூர் ஜெயில்ல அடைக்கலைன்னா என் பேரு குரப்பாவே இல்லை. உனக்குத் தெரியாது சதானந்தா, இந்த ஊர்க்காரனுங் களுக்கு நான் சிம்ம சொப்பனம். அவங்க எல்லாம் வெறும் கைப்பொம்மைங்க. நான் ஆட்டற மாதிரி ஆடுவானுங்க. வெறும் கொசுங்க. கடிக்க பயப்படுவானுங்க. அதனால அவனுங்களுக்கு என்னைக் கண்டா பிடிக்காது. நீயும் அப்படித்தான், என்னை சந்தேகத்துடனும், வெறுப்புடனும் பாத்த காலம் இருந்தது. அதெல்லாம் பழைய கதை, விட்டுத் தள்ளு. இப்ப நீ ஒரு இலக்கியவாதி. கொஞ்சம் புகழும் அடைஞ்சிருக்க. அநேகமா ஒருநாள் இந்தத் தெருவுக்கு உன் பெயரைக் கூட வைக்கலாம். இந்தத் தெருவில என் வீடு இருக்கு. அங்கே போய்க்கொண் டிருக்கோம். பிறகு எனக்கும் உனக்கும் நிறைய வேறுபாடு. நீ வெறும் கற்பனை உலகத்திலே கனவு காண்பவன். என்னுடையது கடுமையான வாழ்க்கை. விவசாயம் பண்ணறேன். ஆடு மாடு பன்றிகளை வளக்கறேன். இந்த ஊரில மூணு கடை வைச்சிருக்கேன். வீடு நிறைய தங்கம் இருக்கு, பணம் இருக்கு. இனி என்ன வேணும் இல்லையா? வேணும், ஆனா நேர்மையான பணம் வேணும். அதற்காகத்தான் நான் உன்னை முட்டாளுன்னு சொல்றது."

குரப்பா படபடவென்று பேசிக்கொண்டே போனார். இவனிடம் மனிதாபிமானமே மறைந்துவிட்டதா என்று சதானந்தன் சந்தேகப்பட்டார். ஒரு பெரிய பங்களாவின் அருகில் கார் நின்றது. விசாலமான சுமார் பதினைந்து இருபது படிகளின் மேல் இரண்டு பக்கங்களிலும் நின்ற தூண்கள். பளபளவென்று ஒளிரும் சிகப்பு கிரானைட் தரையின் வரவேற்பறையில் வரிசையாக

சுவரில் சாய்ந்திருந்த நான்கு மூங்கில் நாற்காலிகள். "வாய்யா" என்றபடி குரப்பா மிடுக்கோடு படிகளில் ஏறும்பொழுதே வீட்டுக்குள் இருந்து சப் இன்ஸ்பெக்டர் ராமகிருஷ்ணன் வந்து "வணக்கம் சார்" என்றார். சதானந்தனை கவனித்தும் கவனிக்காதது போல குரப்பாவின் காதுகளில் எதையோ சொல்லிவிட்டு, இரண்டு அடி நகர்ந்து, பிறகு "அந்த பையனுக்கு எல்லா ஏற்பாடுகளையும் செய்திருக்கேன் சார்" என்று உரக்கவே சொன்னார். குரப்பா "சரி, சரி" என்றதும் அவர் சல்யூட் அடித்து, சதானந்தன் பக்கம் ஒரு புன்னைகையுடன் பார்வையை வீசி, படிகளில் இறங்கத் தொடங்கினார். எதுவும் புரியாமல் அவர் கீழே இறங்குவதையே ஆதங்கத்துடன் பார்த்துக்கொண்டு நின்ற சதானந்தனின் தோள் மேல் கைபோட்டு, குரப்பா விறுவிறு என்று வீட்டிற்குள் இழுத்துக்கொண்டு போய், முகப்புக் கூடத்தில் இருந்த சோஃபா மேல் அமர வைத்தார். "ஒரு நிமிடம், வந்தேன்" என்றவர் வலது பக்கம் இருந்த கதவைத் தள்ளி மறைந்துவிட்டார்.

வீட்டில் மயான மௌனம். சுற்றி மிகவும் விலை உயர்ந்த சோஃபாக்கள், நாற்காலிகள். காலுக்குக் கீழே மெத்தென்ற இரத்தினக் கம்பளம், காந்தி,நேரு, இந்திராகாந்தியின் ஆள் உயரப் படங்களைத் தொங்கவிட்டுக்கொண்டிருந்த வெள்ளைச் சுவர்கள். நான்கு திசையிலும் இருந்த கதவு - சன்னல்களைத் தழுவிக்கொண்டிருந்த நீலத் திரைகள். கூரை நடுவில் தொங்கிய கண்ணாடிக் கொத்து விளக்கு. வெளிக் கதவின் எதிரே இருந்த கதவுக்கு மேல் நீளமாகக் கொம்புகளை நீட்டிக்கொண்டிருந்த காட்டெருமைத் தலை. பூ தரையில் வீழ்வது போல மென்மையாக நடந்துகொண்டு வந்த பெண்ணொருத்தி சதானந்தனின் எதிரே இருந்த தேநீர் மேசையில் நான்கைந்து பத்திரிகைகளை ஓசையில்லாமல் வைத்துவிட்டுப் போனாள். பதினைந்து, பதினாறு வயதுடைய கறுப்புப் பெண்; வேலைக்காரியாக இருக்கலாம். அவள் போன வழியையே பார்த்துக்கொடிருந்தார் சதானந்தன். இவள் உண்மையாகவும் எழுதப் படிக்கத் தெரிந்தவளாக இருந்து, இலக்கிய ஆர்வமுள்ளவளாக இருந்து, கல்லூரி மாணவியாக இருந்தால் தன்னை வியப்பு, ஆர்வம் நிறைந்த கண்களோடு பார்த்து தன்னிடம் ஆட்டோக்ராஃப் கேட்டிருக்கலாம் என்று கனவு காணத் தொடங்கினார். யாரோ இருமும் சத்தம் கேட்டு அதிர்ந்தார். "ஹ, ஹ, ஹா" என்று சிரித்துக்கொண்டே நின்றிருந்தார் குரப்பா. வெள்ளை வேட்டி உடுத்தியிருந்தார். முழங்கால்களை மூடும் நீளமான வெள்ளை ஜிப்பா. காலில் ஹவாய் செருப்பு. "வாய்யா, மேல போலாம்" என்றார். சதானந்தன் பின் தொடர்ந்தார்.

காட்டெருமைத் தலையைச் சுமந்து கொண்டிருந்த கதவைத் தாண்டி மேலே அதே போலவே காணப்பட்ட மற்றொரு முகப்புக் கூடம். அதைத் தாண்டியதும் மேலும் மற்றொரு அதேபோன்ற முகப்புக் கூடம். அதையும் தாண்டிய பிறகு மற்றொன்று. அதன் மூலையில் ஒரு மேசை மேல் ஆ என்று வாய் பிளந்து நாக்கைத் தொங்கப் போட்டுக்கொண்டு உட்கார்ந்திருந்த ஓநாய் போன்ற ஒரு கருப்பு நாய், எழுந்து நின்று முன் இரண்டு கால்களையும் நீட்டி, நெளித்து, சதானந்தனைத் தின்றுவிடுவதுபோலப் பார்த்தது. குரப்பா அந்த அறைக்குள் சென்று, அன்புடன் அதன் தலையைக் கோதினார். அது தன் தடித்த வாலை விசிறி போல ஆட்டியது. ஏதோ ஒரு காரணத்தால் சதானந்தன் நாயைப் பார்த்து பயந்தார். குரப்பா ஒருமுறை ஏளனமாகச் சிரித்து மற்றொரு கதவைத் தள்ளினார். அரைகுறை இருட்டில் படிகள் தெரிந்தன. இருவரும் ஏறினார்கள். எத்தனை படிகளோ கணக்கில்லை. ஏறி ஏறி ஏறி கடைசியாக மேல்தளத்தை அடைந்தார்கள். மிகவும் விசாலமாக இருந்த அதன் மையத்தில் ஒரு மேசை; சுற்றி நான்கு நாற்காலிகள். மேசை மேல் ஒரு பாட்டில் ஸ்காட்ச், சோடா போத்தல்கள். "வா, உட்கார்" என்று குரப்பா நாற்காலியொன்றில் உட்கார்ந்தார். வேறு வழியின்றி ஒருவகையான பயத்துடன் சதானந்தனும் உட்கார்ந்தார்.

குரப்பா ஸ்காட்சை இரண்டு கிளாஸ்களில் ஊற்றினார். ஓப்பனரால் சோடா மூடியைத் திறந்து சோடாவை ஊற்றி ஒரு கிளாசை சதானந்தனிடம் கொடுத்து "இந்தா வாங்கிக்க" என்றார். இருவரும் ஒவ்வொரு மிடறு குடித்தார்கள்.

"உனக்கு என்னைப் பார்த்து வியப்பாகத் தெரியவில்லையா?" என்ற குரப்பா, சிகரெட்டைப் பற்றவைத்துக்கொண்டு, "நான் படித்துக்கொண்டிருந்தபோது நீ ஒரு எட்டணா கூட எனக்குக் கடன் கொடுக்கலை. எதுக்குன்னா அந்தக் கடன் உனக்கு திரும்ப வராதுன்னு தெரியும். ஆனா, இப்பப் பாரு என் அந்தஸ்தை. இதுக்கு முன்னால் உனக்கு மக்களிடையே இருக்கற புகழ், அமரத் தன்மை போன்ற எதுக்குமே மதிப்பு கிடையாது. நீ எல்லாவற்றையும் கதையாகவும், நாவலாகவும் மாத்தப்பார்க்கறே. ஆனால் என் மூளை எப்போதும் பணத்தை சேர்த்துக்கிட்டே இருக்கும்."

யாரோ மேலே வந்த சத்தம். திரும்பிப் பார்த்தால் இரண்டு கைகளில் போண்டா மற்றும் சிப்ஸ் நிறைந்திருந்த தட்டுகளைப் பிடித்துக்கொண்டு வந்த அழகான பெண். மதிய வெயிலுக்கு அவள் கண்கள் பளபளத்தன. அவள் அணிந்திருந்த ஊதா பட்டு சேலையின் கொசுவங்களின் மென்மையான ஓசை உடனே நின்றது.

இதிகாசம்

அவள் கைகளில் இருந்த தட்டுகள் மிதந்து வந்ததுபோல மேசை மேல் அமர்ந்தன. வட்ட முகத்தில் எடுப்பாகத் தெரியும் நீளமான மூக்கு; நிறைந்த கன்னங்கள். சிரிக்கும் உதடுகளில் இருந்த வண்ணம் மேலும் ஒளிர்ந்தது. "என்ன அழகு" என்று நினைத்தான் சதானந்தன். நேற்று டாக்டர் சொன்ன பெண் இவளாகத்தான் இருக்கும். அப்படி என்றால் இவள் கணவனைக் கொலை செய்தவளா? முகத்தில் எவ்வளவு தேடினாலும் அப்படியொரு கொடூரம் தெரியவில்லை. அல்லது குரப்பாவே அவள் கணவனைக் கொலை செய்யவைத்து இவளை வலையில் சிக்க வைத்தானா!

அவள் சேலை சரசரக்க மகிழ்ச்சியோடு திரும்பிக்கொண்டிருந்தபொழுது, "என் மனைவிடா. நான் எப்போதும் நல்லதையே தேர்ந்தெடுப்பேன் என்று இப்பவாவது தெரிஞ்சுக்க" என்று சிரித்தார் குரப்பா.

தான் அவளைக் கவனித்ததை குரப்பா பார்த்திருப்பானோ என்று சதானந்தன் குழப்பமடைந்தார். அவரைக் கேலி செய்வதுபோல குரப்பா திரும்பவும் பேச்சைத் தொடர்ந்தார்:

"என் முன்னால் உனக்கு வெட்கம்தானே? நான் உன் முன்னால் மட்டுமல்ல வேற யார் முன்னாலும் கூச்சப்பட மாட்டேன். காரணம், எனக்கு யாரைக் கண்டாலும் பயம் கிடையாது. உன்னைப்போன்ற இலக்கியவாதிகள், சைக்கலாஜிஸ்ட்கள் மக்கள் மனதை அறிந்துகொள்வீர்கள். ஆனால் உனக்கு இந்தியர்களின் மனம் புரியாது. பெங்களூரில் உனக்குப் பல அபிமானிகள் இருக்கிறார்கள். நீ தெருவில் நடமாடினால் மக்கள் பார்வை உன் மேல் இருக்கும். நீ உலகத்திற்கே அறிவுரை சொல்கிறாய். ஆனால் உனக்குச் சொந்தமாக ஒரு குடிசைக்குக் கூட வழி இல்லை. என் வாழ்க்கை எப்படி இருக்குன்னு கொஞ்சம் சிந்திச்சுப் பாக்கறியா? நான் ஃபோர்ஜரி செய்தேன்னு சொல்லி பெங்களூர் முழுவதும் கத்தினாங்க. என்னை உயிரோட புதைப்பதற்கு எல்லோரும் தயாரா இருந்தாங்க. ஆனா அப்படி நடக்கலை. நான் சின்ன வயசுல அம்மணமா தெருத் தெருவா அலைஞ்சதுண்டு. ஓட்டல்களிலும், முடி திருத்தும் கடையிலும் வேலை செஞ்சதுண்டு. பிச்சை எடுத்ததும் உண்டு. கடைசியாக ஒரு பணக்காரர் என்னை வீட்டில சேர்த்துக்கிட்டார். பள்ளிக்கு அனுப்பினார். தொடக்கத்தில் நல்லாவே பார்த்துக்கிட்டார். ஆனால் ஒரு நாள் நான் அவருடன் சண்டை போட்டேன். காரணம் இவ்வளவுதான்; அவர் மனைவியின் நகையைத் திருடிவிட்டேன்னு பழி சுமத்தினார். உண்மையாகவே நான் திருடலை. நேர்மையா இருப்பது தப்புன்னு அப்பதான் தெரிஞ்சது. பிறகு திருடினேன்...

திருடிக்கிட்டே இருந்தேன். ஒருநாள் அவர் வீட்டை விட்டு பெங்களூருக்கு வந்தேன். உன் கூட சட்டம் படிச்சேன். ஃபோர்ஜரி செய்ததும் உண்மை. முடிவில் கோர்ட்டில் ஜெயிச்சேன். எல்லாம் பணம்தானய்யா. இப்போது என் கேஸ்களுக்கு எல்லாம் நானே வாதாடுகிறேன். நான் வக்கீல்களுக்கு ஒரு பைசா கொடுக்கறது கிடையாது. நான் தெருவில் நடந்தா மக்கள் நடுங்குவாங்க. ஒருவகையில அரசாங்கமே என் கையில் இருக்கு. நான் குடிச்சிருக்கேன்னு நினைக்க வேண்டாம். என் உயரத்துக்கு உன்னால் எப்பவும் வரமுடியாது."

கீழே வீட்டின் முன்னால் யாரோ கதறும் சத்தம் கேட்டு குரப்பா பேச்சை நிறுத்தி, காதைத் தீட்டிக்கொண்டார். யாரோ யாரையோ அடிப்பதைப்போலவும், யாரோ மெல்ல துடித்துக்கொண்டிருப்பது போலவும் தோன்றி சதானந்தன் அதிர்ந்துபோனார்; நடுங்கினார்; உடல் நடுங்க வியர்த்தார். அந்த நேரத்தில் கையில் இருந்த சிகரெட்டை 'த்தூ' என்று வீசி எறிந்த குரப்பா "இதோ வரேன்" என்று சொல்லிவிட்டு படிகள் பக்கமாக நடந்தார். இப்போது அடிக்கும் சத்தமும், துடிக்கும் சத்தமும் உரக்கக் கேட்டது. ஒரு நொடி சதானந்தனுக்கு துடித்துக்கொண்டிருப்பது தான்தானோ என்று கால்கள் நடுங்கின. அடிக்கும் சத்தம் அதிகமாக அதிகமாக துடிப்பது குறைந்து கொண்டே போனது. ஆர்வத்தை அடக்கமுடியாமல் எழுந்த சதானந்தன் சரசரவென்று மேல்தளத்தின் ஓரத்திற்குப் போய் கீழே பார்த்தார். இரு தடியன்கள் வெறும் வேட்டியுடன் இருந்த ஒரு பையனை பெரிய தடிகளால் சாகும் அளவுக்கு அடித்துக் கொண்டிருந்தார்கள். பையனின் துடிப்பும் நின்றதுபோலத் தெரிந்தது. வீட்டுக்குள் இருந்து குரப்பா சரசரவென்று வந்து கடைசிப் படி அருகே,இடது கையை இடுப்பில் வைத்துக்கொண்டு பாளையக்காரரின் திமிருடன் நின்றார். தடியர்கள் அடிப்பதை உடனே நிறுத்தி, பையனின் இரு பக்கங்களிலும் தலைகுனிந்து கொண்டு மந்திரித்து விட்டவர்களைப்போல நின்றார்கள்.

"தேவிடியாப் பயலே, யாருடா நீ? ஊர் விசயமெல்லாம் உனக்கு எதுக்குடா, தாயோளிப் பயலே? மேலே எந்திரிடா, எந்திரீடான்னா..." குரப்பா அதிகாரமாகக் கத்தினார்.

மல்லாந்து துவண்டு விழுந்திருந்த பையன் அசையவில்லை. இரண்டு தடியன்களும் பையனின் தோளைப் பிடித்து புரட்டி னார்கள். மேலே இருந்து பார்த்த சதானந்தனுக்கு ஒரு நொடி இதயத்துடிப்பு நின்றதுபோலத் தோன்றி, கால்கள் குளிர்ந்து போனதுபோல இருந்தது. பையன் வேறு யாரும் அல்ல ராமு!

“ஓகோ, நீயா! இவ்வளவு தில்லுமுல்லு செய்யறயா நீ? இன்னொரு முறை என் வழியில் வந்தேன்னா வெட்டிப் போடுவேன் பாரு” என்று பல்லைக் கடித்துக்கொண்டு குரப்பா தடியன்களிடம், “இவனை வெளியே இழுத்துக்கிட்டுப் போய் போடுங்கடா” என்று வீட்டுக்குள் நடந்தார். தடியன்கள் பையனின் கையைப் பிடித்து சல்லிக் கற்கள் நிறைந்த வராந்தாவில் தரதர என்று இழுத்துக்கொண்டு போகும்போது சதானந்தனுக்கு உரக்கக் கத்தவேண்டும் போலத் தோன்றியது. இந்த வெகுளிப் பையனை எதற்காக அடித்தார்கள்? அவன் குரப்பாவைப் பற்றி தன்னிடம் சொன்னான் என்பதற்காகவா? என்னிடம் சொன்னதால் என்னவாயிற்று? எப்படிப்பட்ட கொடுமை இது! திடீரென்று பயம் சூழ்ந்துகொண்டதைப்போல சதானந்தன் அவசர அவசரமாக வந்து தன் நாற்காலியில் அமர்ந்தார். பாரமான அடிகளை எடுத்து வைத்துக்கொண்டு குரப்பாவும் வந்து தன் நாற்காலியின் அருகே வந்து நின்று நிதானமாக ஒரு சிகரெட்டைப் பற்ற வைத்துக்கொண்டார். இப்போது குரப்பாவின் முகத்தில் ஒருவகையான துயரமான நிழல் கண்டு, சுற்றி இருக்கும் மௌனத்திற்கு கழுத்தை நெறிக்கும் வலு இருப்பதாகத் தோன்றியது. அவன் கன்னத்தில், நெற்றியில் வியர்வைக் கொப்புளங்கள் தோன்றின. “ஊம்” என்று நீளமாக பெருமூச்சுவிட்ட பின் நாற்காலியில் அமர்ந்த குரப்பா மெல்ல தெம்படையத் தொடங்கினார். கிளாசில் இருந்த விஸ்கியை கடகட என்று குடித்துவிட்டு, கிளாசில் மற்றொரு ரவுண்டை ஊற்றிக்கொண்டே பேச்சைத் தொடங்கினார்.

“இல்லை சதானந்தா, உங்களைப் போன்ற எவ்வளவு டால்ஸ்டாய்க்கள் வந்தாலும் உலகத்தைத் திருத்த முடியாது. என்னைப் போன்றவர்கள்தான் இந்த உலகத்துக்குத் தேவை. எங்களிடம் அதிகாரம் இருக்கிறது, வலு இருக்கிறது. நீதி நியாயம் என்று கூவும் கோழை மனிதன் நீ. இன்று நான் மாட்டுக் கொட்டைகையில் இருப்பேன்; நாளை தில்லியில் மந்திரிகளுடன் நடமாடிக்கொண்டிருப்பேன்...”

சதானந்தனுக்குத் தலை சுற்றியது. குரப்பாவின் வீடு, அவன் பேச்சு. விஸ்கி எல்லாம் அவர் அடைந்த அருவருப்புக்கு காரணமாயின. வலுக்கட்டாயமாக சிரிப்பை வரவழைத்துக்கொண்டு, “நான் இனி புறப்படுகிறேன்” என்றார்.

“எங்கய்யா போறே? எழுந்திரு சாப்பிடலாம்” என்று குரப்பா எழுந்தார். திரும்பவும் படிகள், முகப்புக் கூடங்கள், மேலும் முகப்புக் கூடங்கள். அதிக மங்கலான ஒளி இருந்த ஒரு முகப்புக் கூடத்தில் சாப்பாட்டு மேசை மேல் உணவு காத்துக்கொண்டிருந்தது. வகை வகையான காய்கறிகளும், இனிப்புகளும், மற்றும் இருந்த

அனைத்தும் கமகமவென்று மணந்துகொண்டிருந்தன. இருவரும் அமர்ந்த பிறகு குரப்பாவே பரிமாறத் தொடங்கினார். முட்டாள் களையுடன் ஒளிர்ந்துகொண்டிருந்த சதானந்தனை ஓரக்கண்ணால் பார்த்து, "அட, பொம்பளை மாதிரி வெட்கப்படவேண்டாம் சாப்பிடு" என்றார். ஒரு வகையான அருவருப்புடனேயே சதானந்தன் தட்டில் கைவைத்தார்.

அப்போது நான்கு வயது சிறுவன் ஓடிவந்து "டாடி" என்று குரப்பாவின் கன்னத்தில் முத்தமிட்டான். பையனின் கையில் ஒரு துப்பாக்கி இருந்தது.

"பார், சதானந்தா, நான் மாடுகளை மட்டும் வளர்ப்பதில்லை. பிள்ளைகளையும் வளர்க்கிறேன். மாமாக்கு வணக்கம் சொல்லு சீனி..."

சீனி இரண்டு கைகளையும் கூப்பி வணக்கம் சொன்னான். குரப்பா தொடர்ந்து சொன்னார்:

"எங்கள் குழந்தைக்கு மிகவும் சுதந்திரம் கொடுத்திருக்கிறோம். அவனை அடிப்பது தடைசெய்யப்பட்டுள்ளது. எனக்கு ஒரு கட்டுப்பாடு இருக்கிறது. பிள்ளைகளை மிரட்டக்கூடாது. மிரட்டினால் அவர்கள் பயந்து பிறகு வாழ்க்கையை எதிர்க்க முடியாது. நீ என்னவாக நினைக்கிறாய் சீனி? ஆபீசர் ஆகணுமா?

"ஊகூம்..."

"கணக்கர்..?"

"ஊகூம்..."

"ஆசிரியராகணுமா?"

"வேண்டாம்... ஆசிரியர்கள் எப்பவும் கிழிஞ்ச சட்டை போட்டிருப்பாங்க. நானும் உன்னைப்போல பணக்காரனாவேன். அப்போது எல்லோரும் என்கிட்ட பணத்துக்கு வருவாங்க. நான் யாருக்கும் ஒரு பைசா கூட கொடுக்கமாட்டேன்" என்று சீனி சொன்னான். குரப்பா பெருமையுடன் அவனை அணைத்துக்கொண்டு ஒரு முத்தம் கொடுத்தார். சீனி உடனே தட தட என்று வெளியே ஓடினான்.

"இப்படி பிள்ளைகளை வளர்க்கக் கூடாது. அவங்க கிட்ட மனிதாபிமானமே இருக்காது" என்றார் சதானந்தன்.

"இருக்க வேண்டாம். என் மகன் சாதுவா இருக்கணும்னு நான் விரும்பலை. முதல்லயே சொன்னேன் அல்லவா, எனக்கும் உனக்கும் தொலைதூரமுன்னு. நீ இந்த உலகத்தை சேர்ந்தவன் அல்ல. நான் எப்பவும் உண்மையான இந்தியன். இந்த

நாட்டில் உண்மையாகவும் வாழ்ந்து கொண்டிருப்பவன், அனுபவித்துக்கொண்டிருப்பவன். இங்க என்ன பார்க்கிறாய்? பியானோ! என்னுடையதுதான். வாசிக்கிறதுக்காக வாங்கி வந்து வைக்கலை. அப்படியான பயனில்லாத வேலையை நான் செய்யமாட்டேன். என் பெருமையைக் காட்ட வாங்கிவைச்சிருக்கேன். எங்க மாவட்டத்தில என் ஒருத்தன் கிட்டத்தான் பியானோ இருக்கு."

குரப்பாவின் மனைவி மின்னலைப் போல தென்பட்டாள். இரண்டு போகணிகளில் வெந்நீர் கொண்டுவந்து வைத்து விட்டுப் போனாள். சதானந்தனுக்கு சோறு தொண்டையில் இறங்கவில்லை. திருப்தியாக உண்ட குரப்பா இரண்டு முறை ஏப்பம் விட்டு போகணியில் இருந்த வெந்நீரில் கைகழுவி, வாய், மீசையைத் துடைத்துக்கொண்டார்.

"என்னய்யா, நீ சாப்பிடறது, சரி கைகழுவு"

அவருடைய அனுமதிக்குக்காத்துக்கொண்டிருந்ததைப்போல சதானந்தன் கையைக் கழுவிக்கொண்டார்.

"இப்பவாவது நான் புறப்படலாமா?"

"எங்கே புறப்படறது? என் விருந்து இன்னும் முடியலைப்பா. வா ... வா ... உனக்கு என் உதவி தேவைப்படும் காலமும் வரும். நேற்று டாக்டர் கிருஷ்ணமூர்த்தியை வேற சந்திச்சிருக்கே. அதனால் இன்னைக்கோ நாளைக்கோ என் உதவி தேவைப்படும்."

குரப்பா வளவளவென்று பேசிக்கொண்டே ஆணவத்துடன் அடியெடுத்து வைத்துக்கொண்டே, ஒன்றன் பின் ஒன்றாக கதவுகளைத் திறந்து நடந்துகொண்டிருந்தார். கடைசியாக செப்பமாக அமைந்திருந்த ஓர் அறை வந்தது. மூலையில் இருந்த ஒரு சூட்கேசைப் பார்த்த சதானந்தன் அதிர்ச்சியடைந்தார்.

"என் சூட்கேஸ்... இங்கே!"

"ஆம்... அந்த ஓட்டலில் சும்மா எதுக்கு மூட்டைப்பூச்சிங்க கிட்ட கடிவாங்கறேன்னு நான்தான் அதை இங்கே எடுத்துவரச் சொன்னேன். இங்கே உனக்கு எந்தக் குறையும் இருக்காது. ராஜகுமாரனைப்போல நல்லா இருக்கலாம்" என்றார் குரப்பா.

அவர் மனைவி எதையோ கேட்க வந்தவள்போல வாசலில் தென்பட்டாள். குரப்பா அவள் பக்கம் கண்ணை சிமிட்டி, "சுஜாதா, எனக்கு இன்று இரவு ஏதோ வேற வேலை இருக்கு. நான் வீட்டில் இருக்கமாட்டேன்., இவனுக்கு எது தேவையோ அதை எல்லாம் சரியாக கவனித்துக்கொள்" என்று சதானந்தனின் பக்கம் திரும்பி ஏளனமாகச் சிரித்து கதவை சாத்திக்கொண்டு போனார்.

எஸ். திவாகர்

ஐந்து நிமிடங்களுக்கு சதானந்தனுக்கு என்ன செய்ய வேண்டும் என்றே புரியவில்லை. தன் சூட்கேசை குழந்தையைப் போல தடவினார். சன்னல் கதவைத் திறக்க முயன்று தோற்றார். மேசை, நாற்காலி, கட்டில், படுக்கை, நிலைக்கண்ணாடிகளைத் தொட்டுத் தொட்டுப் பார்த்தார். அங்குமிங்கும் தவிப்புடன் நடந்தார். கடைசியாகச் சோர்ந்து கட்டில் மேல் உருண்டபடி கூரையில் இருந்து இறங்கும் விளக்கையே பார்த்துக் கொண் டிருந்தார். வெகு நேரத்திற்குப் பின் கதவு திறந்து கொண்டது. குரப்பாவின் மனைவி பால் கோப்பையைக் கையில் பிடித்துக்கொண்டு உள்ளே வந்தவள், "பால் குடித்துவிட்டு படுத்துக்கொள்ளுங்கள்" என்றாள். அவளையே உற்றுப் பார்த்துக்கொண்டு மெல்ல பாலைக் குடிக்க அவள், "உங்கள் எல்லா நாவல்களையும் படித்திருக்கிறேன். எனக்கு மிகவும் பிடித்திருக்கிறது" என்றாள்.

"எதற்காக உங்களுக்கு பிடிக்கும்?"

"உங்கள் நாவலின் கதாபாத்திரங்கள், அவர்களுக்கு வரும் கஷ்டங்கள், பிறகு அந்தக் கஷ்டங்கள் எல்லாம் திடீர் என்று மாயமாகும் விதம், இவற்றை எல்லாம் படித்துக்கொண் டிருந்தால் வேறு ஏதோ உலகில் இருப்பதைப்போல தோன்றும். உங்கள் பெண் பாத்திரங்களின் சிரமங்களை எல்லாம் படிக்கும் பொழுது நான் மிகவும் பொலபொல என்று அழுதிருக்கிறேன்." சதானந்தன் மகிழ்ச்சியை நடித்தார்.

"உண்மையாகவா? உங்களைப்போன்ற வாசகர்களைச் சந்திப்பது எனக்கும் மகிழ்ச்சி... உங்களை ஒன்று கேட்கவேண்டும் என்று..."

"அவசியம் கேளுங்க."

"இன்று மதியம் அந்த அர்ச்சகர் பையனை எதுக்காக அடிச்சாங்க?"

"அய்யோ என்னத்த சொல்ல? இங்கே நடப்பதே அப்படித்தான். எதுக்கும் மூச்சுவிடக்கூடாது. இது பெரிய அரண்மனை பாருங்க. எவ்வளவு நல்லா இருக்கு, இல்லையா! ஆனா இது சிறைன்னு உங்களுக்குத் தெரியாது."

"உங்களைப் பற்றி ஒரு விஷயம் கேள்விப்பட்டேன்..."

"நீங்க கேள்விப்பட்டது உண்மை. ஐயோ, என்ன வற்புறுத்தல். நானே என் கையால என் கணவனை..."

அவள் அழுதுகொண்டே முகத்தை மூடிக்கொண்டு அறைக்கு வெளியே ஓடிவிட்டாள். சதானந்தனுக்கு அவளுக்கு ஆறுதல்

சொல்லவேண்டும் போல இருந்தது. "என்னங்க... ஒரு நிமிடம்... என்னங்க..." என்று கத்திக்கொண்டே பல கதவுகள் இருந்த முகப்புக் கூடத்தில் தேடினார். அந்த முகப்புக் கூடத்திற்கு முடிவே தெரியவில்லை. கடைசியாக வலதுபக்கம் இருந்த ஒரு கதவைத் தள்ளினார். மற்றொரு முகப்புக்கூடம். வண்ண வண்ண விளக்குகளால் ஒளிந்துகொண்டிருந்த அது சுரங்கத்தைப்போல, வளைந்து வளைந்து ஊர்ந்துபோகும் பாம்பைப்போல அவனை அழைத்துச் சென்றது. பிறகு படிகள். அதில் ஏறியபிறகு யாரோ சின்னதாக துடிப்பதுபோல... கடகடவென்று நடுங்கிய சதானந்தன் புலி துரத்துவதைப்போல ஓட்டம் பிடித்தான். எவ்வளவு நடைபாதைகளை, முகப்புக் கூடங்களைத் தாண்டி வந்தானோ, எப்படியோ தன் அறை கிடைத்தது. துர்க்கத்தைப் பற்றி புராண நாவல் எழுதியவனுக்கு இன்று ராமதுர்க்கமே ஒரு வரையறுக்கமுடியாத இரகசியப் புராணமாக இருந்தது. ராஜஸ்தானில் 'இராஜாதி ராஜா' என்று சொல்லப்பட்ட மாரநாயக்கன், அவன் செய்த கொலை, மக்களிடம் அவனுக்கு இருந்த அன்பு; எது உண்மை, எது பொய்? போலீஸ் இன்ஸ்பெக்டர், முனிசிபல் கவுன்சிலர், கன்னடப் பண்டிதர் – இவர்கள் எல்லாம் யார் யாரையோ எது எதையோ குகைக்குள் விடும் திருடர்களா? அந்தக் கிழவன் பிறப்பிலேயே குருடனாக இருக்கவேண்டும். கண் இல்லாமல் அவன் கண்ட உண்மை எது? ஒரு காலத்தில் சகஊழியனாக இருந்த குரப்பா இப்போது எவ்வளவு வளர்ந்திருக்கிறான்! டாக்டர் கிருஷ்ணமூர்த்தியின் பேச்சு எத்தனை உண்மை? குரப்பாவின் மனைவியின் பேச்சை நம்பலாமா? அவள் உயிருடன் இருக்கிறாளா இல்லை அவள் ஒரு பேயா? ராமுவின் துயரத்திற்கு நான் எப்படிப் பொறுப்பு? இந்த அறையிலிருந்து எனக்கு விடுதலையே கிடையாதா? சதானந்தன் நடுங்கிக்கொண்டே சூட்கேசைத் திறந்து தன் நாவலின் கையெழுத்துப் பிரதியைக் கையில் எடுத்தார். ஒவ்வொரு பக்கங்களாகப் புரட்டியபோது ஒவ்வொரு வரியிலும் தன் அனுபவத்திற்கும் எழுத்துக்கும் இருக்கும் இடைவெளி வாய் திறந்தது. மக்களின் மேல் மாரநாயக்கனுக்கு இருந்த அன்பு, அவன் தான தர்மம், தெய்வபக்தி, சக்தி பராக்கிரமம், அவன் கட்டிய கோயில்கள், குளம், தர்ம சத்திரங்கள்... ச்சே, இங்கே எங்கேயும் மனித ஜீவனின் உயிரே இல்லை என்று தோன்றியது. கனவு எது, நடைமுறை எது? "ஒரு கொலை செய்தால் என்ன, ஆயிரம் கொலை செய்தால் என்ன, கொலை கொலைதான் இல்லையாப்பா..." அந்த முதியவர் மாரநாயக்கனைப் பற்றி சொன்னதோ அல்லது...

சதானந்தன் கையெழுத்துப்பிரதியை சுக்குநூறாகக் கிழித்து தரையில் வீசினார். அதை மிதித்துத் தள்ளினார். எதார்த்தம்

முகத்தில் அறைவதுபோல இருந்தது. "விரைவிலேயே என் உதவி உனக்கு தேவைப்படும்" என்னும் குரப்பாவின் ஆணவக்குரல் கேட்டது. டாக்டர் கிருஷ்ணமூர்த்தி மற்றும் குரப்பா முன்னால் தானே கொலை செய்ததுபோல....கொலையானவனின் மனைவி தன்னைக் குற்றம் சாட்டி குரப்பாவைத் தழுவிக் கொண்டதுபோல... குரப்பா போலீசை அழைத்து வந்ததுபோல... தன்னைத் தூக்கிலிடுவது போல . . . தான் உலகத்தையே செவிடாக்கும்படி கத்தியது போல...

மறுநாள் காலை சதானந்தன் ஒரே இரவில் வயதானவன் போலத் தெரிந்தார். யாரோ கதவைத் தட்டுவதுபோல தோன்றி மெல்ல எழுந்து போய் கதவைத் திறந்தார். குல்லாவை சரி செய்துகொண்டு உள்ளே வந்த கன்னடப் பண்டிதர் குழப்பத்துடன் சிகப்பான பல்லைக் காட்டிக்கொண்டு "எவ்வளவு தூரம் வந்திருக்கிறது உங்க நாவல்?" என்றார். அவர் பேச்சில் ஏளனம் தெளிவாக இருந்தது. "பாருங்க" என்று அறையெங்கும் பரவியிருந்த காகிதக் துண்டுகளைக் காண்பித்தார்.

"ஏன், என்ன ஆனது?'

"பண்டிதரே, இது நாள்வரை எனக்குப் பொய்யும் உண்மையும் வேறுவேறுன்னு தெரிந்திருக்கவே இல்லை. எதார்த்தத்தில் உண்மை கண் கூசும்படியாக ஒளிரும் என்று எனக்குத் தோன்றவே இல்லை. இந்த வீட்டையே எடுத்துக் கொள்ளுங்கள். இது சிறை ஆகலாம் என்று எனக்குத் தெரியவே இல்லை... "

"என்ன நீங்க பேசறது? இப்போ என்ன நடந்தது?"

"நடக்க வேண்டியது எல்லாம் நடந்தாச்சு. இங்கே இருந்து என் விடுதலைதான் கேள்வி."

"பொய் சொல்ல நீங்கள் தயாரா?"

"பொய் எது, உண்மை எது என்று தெரியும்வரை நான் பொய்தான் சொல்லிக் கொண்டிருந்தேன், பண்டிதரே. நம் கனவுகளை மிதித்து நிற்கும் நடைமுறை ஒன்று இருக்கிறது என்று இப்போது தெரிந்தது..."

கன்னடப்பண்டிதர் தொண்டையைச் சரிப்படுத்திக்கொண்டு சதானந்தனைக் கத்தியைப் பாய்ச்சுவதுபோல பார்த்து, "எதுக்கு சும்மா யோசிக்கிறீங்க,எப்படி இருந்தாலும் இன்னைக்கு சாயந்திரம் லயன்ஸ் கிளப்பில் உங்க சொற்பொழிவு இருக்கு. முதலாளியைப் பாராட்டணும். அரசவைக் கவியாகணும். ஆண்டவன் சித்தம் எப்படி இருக்குமோ என்னமோ. ஆனாலும் புகழ்ச்சிக்கு காது விரைக்கும் பாருங்க. ஆமா, குரப்பாவைக் கொஞ்சம்

பாராட்டிவிடுங்க. எல்லாம் சரியாகும். நான் இனி வரட்டுமா?" என்று சொன்னார்.

குல்லாவைச் சரி செய்துகொண்டு புறப்பட்ட கன்னடப் பண்டிதரை சதானந்தன் உற்றுப் பார்த்தார். அவர் முகத்தில் ஏதோ பெரிய வெற்றியை அடைந்த உணர்வு பொங்கிக்கொண்டிருந்தது. அவர் காலடிச் சத்தம் குறைந்ததும் அறைக்கதவை சாத்த எழுந்தவர், அப்படியே நின்றார். திறந்திருந்த சூட்கேசை மூடி பூட்டினார். வலதுகையில் அதைப் பிடித்துக்கொண்டு குரப்பாவுக்காகக் காத்து நின்றார். எதிர்பார்ப்பில் இருந்த தன் முகம் நிலைக்கண்ணாடியில் தெரிந்தபோது அது எழுத்தாளன் முகமா அல்லது தன் முகமா எனத் தெரியாமல் ஆற்றாமையில் தவித்தார்.

— 1976

பாகம் இரண்டு

After all what is fiction
but controlled dream
> *- Jorge Luis Borges*

The world is entirely an imaginary
world, but it is only once removed
from the true world.
> *- Isaac Bashevis Singer*

காலநேமியும் கண்களும்

நாட்டிலுள்ள எல்லா உறவினர்களுக்காகவும், எதையும் நம்பாதவர்களுக்காகவும், அ, ஆ, இ, ஈ திருத்தும் அடுத்த தலைமுறைக்காரர்களுக்காகவும் இப்போது காலநேமியின் கதையையும் அவனுடைய பறக்கும் கூட்டத்தின் கதையையும் சொல்லவேண்டும். நாடு முழுவதும் தற்போது பயத்திலிருந்து விடுபட்டு வெளிவந்திருக்கிறது. காக்கை கோழிகள் பயமின்றிக் கூவுகின்றன. மக்கள் மகிழ்ச்சியை வெளிப்படுத்துகிறார்கள். பாட்டையும் ஆட்டத்தையும் மறுபடியும் கண்டுபிடித்திருக்கிறார்கள். வீடுகள், தெருக்கள், வயல்கள், மலைக்குன்றுகள், நதிகள், ஓடைகள், மரங்கள், செடிகள், மழை, காற்று அனைத்தும் எந்தத் தடையுமில்லாமல் மூச்சுவிடுகின்றன. பெங்களூரில் உலகக் குடிமகன்கள், மதராசின் ஆசாரவாதிகள், கேரளத்துப் புரட்சிக்காரர்கள், பம்பாயின் வேசிகள், வங்கத்து தாகூர் அபிமானிகள், தில்லியின் நம்பிக்கைவாதிகள், அந்தமானின் கடத்தல்காரர்கள், இமாலயாவின் யோகிகள், மத்தியபிரதேசத்து ஆதிவாசிகள், பறவை - விலங்குகளின் ஆர்வலர்கள், நாட்டைக் காப்பாற்றுவதற்காக எழுந்து நின்று அகண்ட பாரதத்தின் எல்லா சிறைச்சாலைகளிலும் அடைக்கப்பட்டவர்கள் இத்தனை நாள் உட்கார்ந்து உட்கார்ந்து மரத்துப்போன தங்கள் உருண்டுதிரண்ட

பின்புறங்களில் இப்போது ஓய்வாகச் சொறிந்துகொள்ளலாம். கோடிக்கணக்கான வாய்களிலிருந்து பேச்சுக்கள் புறப்படும் இந்தத் தருணத்தில் உத்தரபுரத்தில் நடமாடுவதே சிரமம். காலநேமியின் சீர்குலைந்த நிலைமையைக் கண்ணாரக் கண்டு புரிந்துகொள்ள தேசத்தின் எட்டுத் திசைகளிலிருந்தும் ஆர்வத்துடன் வந்த மக்கள் கூட்டத்திற்கு உத்தரபுரமெங்கும் விரிந்து பரவி இருக்கும் எச்சில் இலைகள், காலி பாட்டில்கள், இடிந்த கூரைகள், மாதவிடாய் ஆனவர்கள் தூக்கி எறிந்த அழுக்குக் கந்தல் துணிகள், மலம், பயன்படுத்திய நிரோத்கள், கிழிசல் சட்டைகள், கூந்தல் கொத்துக்கள், காய்ந்த பூக்கள், கடித்துத் தின்று வெள்ளையான எலும்புகள், டப்பாக்கள், காகிதத் துண்டுகள், இவற்றை எல்லாம் முற்றுகையிடும் எறும்புகள், ஈக்கள் மட்டும் சாட்சியாக இருக்கின்றன. எதிர்கால வரலாற்று வல்லுனர்களின் ஊகத்திற்கு வாய்ப்பளிக்காமல் உடனுக்குடனே உத்தரபுரத்தில் உருவான கதாகாலட்சேபம் இயல்பாக நடக்க வழிவகுக்க வேண்டும். இந்தக் கதை நாட்டின் கோடிக்கணக்கான மக்களின் பல் இருக்கும், பல் இல்லாத சகல மணக்கும் வாய்களிலிருந்து வெளிப்படுகின்றன என்று தனியாகச் சொல்ல வேண்டியதில்லை.

தற்போது சுமார் ஆறு மாதங்களுக்கு முன்பு ஏகாதசி நாள் கொளுத்தும் வெயிலில் வயிறு எரிந்து கொண்டிருந்தபொழுது இதே பெங்களூரின் சுபாஷ் நகரில் உள்ள ஒரு தெருவில் சதாசிவன் மனித குலத்திற்கே நன்மை கோரும் சதாசிவன் – குரங்குகள் சீதாராம கல்யாணத்தை அபிநயித்துக்கொண்டிருந்ததை வட்டமாகக் கூட்டம் கூடிப் பார்த்துக்கொண்டிருந்த மகா சனங்களின் கால் இடுக்கில் நுழைந்தான். "சீதாம்மா ராமன் கோபித்துக்கொண்டிருப்பது எதற்காக அம்மா?" என்று கேட்ட குரங்காட்டிக்கு செவி கொடுத்து வானரம் – சீதை ஸ்ரீ ராமனின் கவனத்தை ஈர்க்க ஆடத் தொடங்கியதைக் கண் நிறைய பார்த்து வாய்திறந்து நின்ற மக்களின் நடுவில் சதாசிவனும் ஒன்றாகி, திடீரென்று முடியிலிருந்து தாரையாக இறங்கிக்கொண்டிருந்த வியர்வையைத் துடைத்துக்கொள்ளும் சாக்கில் "அப்பா, என்ன வெக்கை" என்று வலதுகையை நெற்றி மீது வைத்து புருவத்தை உயர்த்தி ஆகாயத்தைப் பார்த்தபோது தெரிந்தது என்ன? ஏறிய புருவம் இறங்கவில்லை! யாரோ பறந்து போனதுபோலத் தெரிந்தது. அப்போது இருந்தது. இப்போது இல்லை அவ்வளவுதான். சதாசிவன் கீச் என்று கத்தினான். மக்கள் "என்ன, என்ன" என்று எல்லோரும் கேட்டார்கள். கண்டதை எடுத்துரைத்தபோது அவனைக் கூட்டத்திலிருந்து வெளியே விரட்டிப் பைத்தியம் என்று திட்டினார்கள். சீதையின் ஆட்டம் மறுபடி தொடர்ந்தது.

கூட்டத்திற்கு வெளியே சதாசிவன் உச்சி வெயிலையும் கண்டுகொள்ளாமல் ஆகாயத்தையே உற்றுப்பார்த்தான். ஓ ராமப்பா எதற்காகக் கோபம்?... மக்காச் சோளம் வேணுமா? பிரேக்போட்ட பேருந்து...கோயிந்தா நாராயணா...வெண்குஷ்டம்... "பல்லவிக்கு இடம் கிடைக்குமா?"... "லேட்டாகலையே?"... சக்... சக்... கூ... சைக்கிள்... முரசு... பிணம்... "ஆட்டோ... ஆட்டோ"... பின்னிமில் சைரன்... "நீ யாருடி கேக்க?" ... தெளிந்த வானம்.... ஒரு மேகமும் இல்லை, நெருப்பைக் கக்கும் வெயில்... தலை நிமிர்ந்து பார்த்துக்கொண்டிருந்த ஒரே முகம் – "அதோ ... அங்கே!" சதாசிவனின் கத்தல் வானைத் தொட்டது. அங்கே இருந்த எல்லோரும் ஆகாயத்தைப் பார்த்தனர். ராமர் சீதையான குரங்குகளும் கூட; தெரு மாடுகள், சொறி நாய்களும் கூட. ஒரு பெரிய பறவையைப் போல ஒருவன் எந்த இயந்திர சாதனங்களும் இல்லாமல் தன் தோள்களை அசைத்துக்கொண்டு சுய் என்று காற்றில் பறந்துகொண்டிருந்தான் – வடக்குத் திசையை நோக்கி. பார்த்துக்கொண்டே மக்கள் கத்தினார்கள். வியப்படைந்தார்கள், ஊமைகளாகப் பார்த்திருந்தார்கள். பறந்துகொண்டிருந்தவன் தூரத்து மேகத்தில் மறைந்துவிட்டான். என்ன அதிசயம்! மனிதன் பறப்பதென்றால் என்ன? அதுவும் இறக்கைகள் இல்லாமல்? தண்ணீரில் நீந்தும்போது கைகால்களை ஆட்டுவதுபோல விரைவாக விர்ரென்று மணிக்கு எண்பத்தியெட்டு மைல் வேகத்தில் பறப்பதென்பது! நகரத்தில் பல இடங்களில் இருந்து இந்த பறக்கும் மனிதனைப் பார்த்தவர்கள் நெஞ்சம் உறைந்துபோனது. செய்தி பெங்களூரின் சகல நன்மனிதர்களையும் குடும்பப் பெண்களையும் சென்றடைய வெகுநேரம் ஆகவில்லை. மனிதன் மனிதனை நம்புவது இயல்பு. பறப்பவனைப் பார்க்காதவர்கள் மாலைக்குள் தாங்களும் பார்த்துவிடவேண்டும் என்று முடிவு செய்து, வானைப் பார்த்துக்கொண்டே நடந்தார்கள். தரை மேல் கவனமில்லாததால் ஆகாயத்தைப் பார்த்தபடி சென்று உண்மையாகவே மோதிக்கொண்டார்கள். தெரு முழுவதும் மக்கள் நெரிசலால் வாகனங்கள் நிறுத்தப்பட்டன. சிலர் மரங்களிலும், வீடுகளிலும் ஏறி உட்கார்ந்தார்கள். வாய்ப்பைத் தவறவிடக்கூடாது என்பதைப்போல எல்லோரும் கண்சிமிட்டாமல் ஒருமனதுடன் வானத்தையே பார்த்தார்கள். மாலை மறைந்து இருள் கவியும்வரை பார்த்தாலும் பறப்பவன் தென்படவே இல்லை. பறந்து போனவனுக்கோ, இல்லை வெயிலுக்கோ பயந்து காணாமல்போன வகை வகையான பறவைகள் இப்போது கூட்டை நோக்கிப் பறந்தன. இவ்வளவு நாள் நிலத்தோடு ஒட்டிக்கொண்டிருந்த மக்கள் விண்ணையே

பார்க்காத காரணத்தால் பறவைகளின் வருகையால் அவர்கள் முகம் மலர்ந்தன. பறந்துபோனவன் அந்தப் பறவைகளைப்போல பறந்தானா இல்லை காற்றில் குட்டிக்காரணம் அடித்துக்கொண்டு போனானா? அவன் அம்மணமாக இருந்தானா இல்லை ஆடை அணிந்திருந்தானா? போன்ற கேள்விகள் அவர்களை வதைத்தது. இருள் சூழ்ந்தபோது ஆகாயத்தையே பார்த்துக் கொண்டிருந்தவர்கள் தம் மீது வானம் கவிழ்ந்து வீழ்ந்தது போல முகத்தைச் சுளித்தார்கள். சிலர் இரவு முழுவதும் பறப்பவனுக்காகக் காத்துக் கிடந்தார்கள் என்று செய்தி. மகா தெய்வ பக்தர்களும், தெய்வ அனுக்கிரகம் பெற்றவர்களும் இந்த நிகழ்ச்சியைக் கேட்டு சாட்சாத் விஷ்ணுவே ஆகாயத்தில் கருடனாகப் பறந்து போயிருக்கவேண்டும் என்று வியாக்கியானம் செய்தார்கள். பறந்துபோனவன் வெறும் மனிதன் என்று சொன்னதற்கு பாவிகள் கண்ணுக்கு ஆண்டவன் தெரியமாட்டான் என்றும் அவனுடைய வாகனமான கருடனை மட்டும் மனிதன் உருவில் கண்டிருக்கலாம் என்றும் வாதம் செய்தார்கள். கூடவே ஏதோ ஆபத்து காத்திருக்கிறது என்றும் எச்சரித்தார்கள். முழு இரவும் எதிர்பார்ப்பில் கழிந்தது. இப்படிச் சில நாட்கள் கடந்தன. பிறகு ஒருநாள் மதியம் இரண்டு மணியளவில் பெங்களூரின் நாகரிக மக்கள் எல்லோரும் தத்தம் தலைக்கு மேலேயே நான்கைந்து பேர் விகாரமாகக் கத்திக்கொண்டு பறந்துபோனதைக் கண்கூடாகப் பார்த்தார்கள். அவர்களில் ஒருவன் தரையில் எதையோ பார்த்தவன் போல (அவனுடைய ஒரு காலத்து காதலியாக இருந்தாலும் இருக்கலாம்) சர்ரென்று மாநகர அலுவலகக் கட்டிடத்து அளவிற்கு கீழே இறங்கி பிறகு ரொய்யென்று மேலே ஏறி தன் கூட்டாளிகளோடு சேர்ந்துகொண்டான். அவன் பறக்கும் வேகத்திற்கு காற்று வீசியபோது சவுக்கை மரங்கள் அசையும் சத்தம் வந்தது. பறப்பவர்கள் ஒவ்வொருவரின் இடது கக்கத்திலும் ஒவ்வொரு காகிதக் கட்டு இருந்தது. கண்கட்டு வித்தை போல பறந்துகொண்டிருந்த அவர்கள் ஒவ்வொருவரின் தலைமுடியும் அலையலையாக மிதந்தன. அதிசயம் என்னவென்றால் அவர்கள் யாருடைய காலணிகளும் தேய்ந்திருக்கவில்லை. சிலநாட்களில் அந்தப் பறக்கும் காட்சி சாதாரணமானது. காலை, மதியம், மாலை, எல்லா நேரங்களிலும் கூட்டம் கூட்டமாக மக்கள் பறந்து போனார்கள். நாளிதழ்களில் இந்தச் செய்தி வந்தது; ஃபெடரல் ஸ்ரீகண்டய்யாவின் 'சம்யுக்த பாரதம்' பத்திரிகையிலும் பிரசுரிக்கப்பட்டது. ஆனால் அவர்கள் பறக்கும் படம் மட்டும் எந்தப் பத்திரிகைகளிலும் வரவில்லை. மேகங்கள் இப்போது மறைந்து பிறகு தொலைவான வானத்து நீலப் பின்னணியில் வெள்ளையாக, பறவைகளைப் போல மற்றொரு மேகம் அருகே

நெருங்கும்வரை வெறும் கண்களுக்கு மட்டுமே தெரிந்த இந்த பறக்கும் மனிதக் கூட்டம் மிகவும் புதிரானார்கள். பல நிழற்படக் கலைஞர்கள் இந்தப் பறப்பவர்களை டெலிலென்ஸ் கேமாராவில் சிறை பிடித்ததும் உண்மை. ஆனால் ஃபிலிமைக் கழுவிமுடித்துப் பார்க்கும் போது வெறும் ஆகாயம், மேகங்கள் மட்டுமே தெரிந்ததே தவிர பறப்பவர்களின் அடையாளமே தெரியவில்லை. இவர்களை வரையப் புறப்பட்ட கலைஞர்கள் காக்கைகளை மட்டுமே சித்தரித்தார்கள்.

முன்பே சொன்னதுபோல நம் பெருமைக்குரிய பாரதத்தின் கடலிலிருந்து இமயம்வரை பறக்கும் கூட்டம் சாதாரண காட்சியானது. இவர்கள் என்ன தெய்வங்களா? அசுரர்களா? எப்படித் தெரிந்துகொள்வது? நம் கிளர்ச்சியாளன் சதாசிவன் கவலையுற்றான். பகல் இரவு என்று பாராமல் சோறு தண்ணீர் இல்லாமல் சிந்தித்தான். மக்கள் இவனை நம்பினார்கள். இதற்கு இடையே பத்திரிகைகளில் மேலும் பல செய்திகள் வந்தன. அகண்ட பாரதத்தின் எல்லா நகரங்களிலும் கிராமங்களிலும் சதாசிவனைப் போன்றோர் தோன்றினார்களாம். பறக்கும் மனிதர்களின் இரகசியத்தைக் கண்டுபிடிக்க முடிவு செய்தார்களாம். நம் சதாசிவன் சுற்றியிருக்கும் கிராமங்களுக்கும் பட்டணங்களுக்கும் போய் வந்தான். தொலைவில் இருக்கும் சதாசிவர்களுக்கு கடிதம் எழுதினான். எல்லோரும் ஒன்றாகச் சேர்ந்து மத்தியபிரதேசத்தில் இருக்கும் பகல் வெளிச்சம் படாத ஒரு காட்டில் ஒரு இரகசியக் கலந்துரையாடல் நடத்தினார்கள். இதனால் ஒரு விஷயம் தெளிவானது. பறப்பவர்கள் எல்லோரும் வடக்குத் திசையிலேயே பறந்து போகிறார்கள். அந்தத் திசையில் ஏதோ சிறப்பாக இருக்க வேண்டும் என்று எல்லோரும் ஏகமனதுடன் முடிவுக்கு வந்தார்கள். சதாசிவன் வடபுரத்தில் வாழ்ந்துவரும் தன்னைப் போன்றோருக்கு எழுதிய எந்தக் கடிதத்திற்கும் பதில் வரவில்லை. மிகவும் விசாலமான வயலில் சமீபத்தில் உருவான வடபுரம் இப்போது நாட்டிற்கே பண்பாட்டு மையமானது. அங்கே இருந்த மக்கள் புதியவர்கள்; கட்டிடங்கள், தெருக்கள் எல்லாமே புதியவை. “முதலில் வடபுரத்தை போய்ச் சேரலாம். பிறகு தேவை என்றால் மேலும் வடக்கே போகலாம்” என்று எல்லோரும் வடக்கு நோக்கி நடக்கத் தொடங்கினார்கள். செயல் மிகவும் இரகசியமாக இருக்கவேண்டி இருந்ததால் அவர்கள் யாரும் பேருந்தைப் பிடிக்க வில்லை, இரயில் ஏறவில்லை. தேவைக்கு உணவு இல்லாமலும், பகல் இருள் என்று பாராமலும் பல நூறு மைல்கள் நடந்த பிறகு அவர்களுக்குத் தொலைவில் ஒரு பெரிய மலை தெரிந்தது. ஒரு

அதிசயமான வடிவத்தில் இருந்த அந்த மலை இயல்பாகவே ஆர்வத்தைத்தூண்டியது. அதையே பார்த்துக்கொண்டு அவர்கள் முன்னேறினார்கள். திடீர் என்று ஆயிரக்கணக்கான பறப்பவர்கள் கூட்டம் கூட்டமாக இவர்கள் உயரத்திலிருந்தே வெகு மேலே போய் பறவைகள் போலானார்கள். அந்தப் 'பறவைகள்' மேகத்தில் மறைந்த அந்த மலையின் சிகரத்தை சுற்றி பறக்கத் தொடங்கின. தலைக்கு மேல் மேலும் பல கூட்டங்கள் பறந்துசென்றன. மலை நெருங்க அது ஒரு வானுயரமிருந்த விக்கிரகத்தைப்போல தோன்றியது. அதற்கு இலட்சம் கைகள், தலைகள்! விண்ணைத் துளைத்துக்கொண்டிருந்த அதன் தலைகள் தெளிவாகத் தெரியவில்லை. இவர்கள் வியப்பிற்கும் சந்தேகத்திற்கும் அளவே இல்லை. ஒரு அரை நாள் நடந்த பின் இவர்களுக்கு வடபுரம் தெரிந்தது. அங்கேயும் மக்கள் இந்தப் பறப்பவர்களின் இரகசியத்தை அறிய தவித்துக் கொண்டிருந்தார்கள். மலையைப் பற்றி விசாரித்தபோது அது வடபுரத்தை நிறுவுவதற்கு முன்பே அங்கே இருந்தது என்பது தெரிந்தது. அங்கே இருப்பவர்களை யும் சேர்த்துக்கொண்டு எல்லோரும் அந்த மலைப் பக்கம் ஓடினார்கள். மேலும் அருகே செல்லச் செல்ல அதன் உருவம் மாறிவிட்டது. பெரிய மலைதான் சரி. உயரத்தை அளக்கவே முடியாது. இனி அதன் நீளம் எத்தனை மைல்களோ. அந்த மலைத் தொடர்ச்சியின் முன் அக்கம் பக்கத்தில் பல மலைகள் இருந்தன. அதிக செங்குத்தான அந்த மலைகளில் ஒன்றை ஆயிரக்கணக்கான மக்கள் வெகு பிரயாசையுடன் ஏறத் தொடங்கினார்கள். சிலர் அடியிலேயே வழுக்கி விழுந்து, கைகால்களை முறித்துக்கொண்டார்கள். ஒரு பகல் ஒரு இரவு ஏறிய பின் சிகரத்தை அடைந்தனர். சப்பட்டையாக பீடபூமியைப் போல சுமார் ஒரு மைல் சுற்றளவுள்ள வயல். அதன் பிறகும் செங்குத்தாக உயரும் மலை. தலை நிமிர்ந்தால் மேலும் மலை – கூரை போல. சதாசிவன் மிகவும் யோசித்து, யோசித்து ஒரு முடிவிற்கு வந்தான்; இது ஒரு இராட்சச வடிவ விக்கிரகம். இந்தப் பீடபூமி அதன் பெருவிரலின் நகத்தைப் போல. முதலில் நம்பாத மக்கள் பிறகு நம்பவேண்டியதானது. இப்போது பறக்கும் மக்கள் அனைவரும் இந்த பெரும் விக்கிரகத்தின் உச்சியில் அதை முத்தமிடுவதுபோல சுற்றுவதையும் பார்த்தார்கள். இதற்கு இடையே அகண்ட பாரதத்தின் அநேக நகரங்களில் பல மக்கள் பறப்பவர்களில் தத்தம் மாநிலத்தின் மந்திரிகளையும் பார்த்ததாக சொன்னார்கள். பிரச்சனை மிகவும் இரகசிய வடிவம் எடுத்தது. இனியும் மேலே ஏறலாம் என்றால் பசை, வழுக்கல்; கீழே விழுவது ஒன்றுதான் மீதம்! சதாசிவனின் தொண்டர்கள் எல்லோரும் கலந்தாலோசித்தார்கள். இந்த விக்கிரகம் பூமியில்

புதைக்கப்பட்டிருக்கிறது. எவ்வளவு ஆழத்திற்கு இறங்கி இருக்கிறதோ அதையும் பார்த்துவிடலாம் என்றார்கள். பல நூறாண்டுகளுக்கு நடக்கும் எங்கள் போராட்டம் என்று யாரோ அனுமதி அளித்தார்கள். விக்கிரத்தைச் சுற்றி தோண்டத் தொடங்கினார்கள்.

திடீரென்று வடபுரத்துக் கிணறுகள் எல்லாம் வற்றின. தண்ணீர் இல்லாமல் மக்கள் பரிதவித்தனர். சதாசிவனின் தொண்டர்கள் எல்லோரும் சேர்ந்து கிணறுகளை ஆழமாக்கினார்கள். எவ்வளவு தோண்டினாலும் நீர் ஊறவில்லை. சலிக்காமல் தோண்டினார்கள். தோண்டினார்கள் தோண்டிக்கொண்டே போனார்கள். பத்துப் பதினைந்து நாட்கள் தோண்டிய பிறகு மரத் தண்டு போல ஏதோ தென்பட்டது. அதற்குப் போதுமான கிளைகளும் இருந்தன. ஆனால் கல்லைப்போல உறுதி. நூற்றுக்கும் மேற்பட்டோர் அதைப் பிளந்தார்கள். கடைசியில் துர்நாற்றம் நிறைந்த திரவம் சுரந்தது. எல்லாக் கிணறுகளின் கதியும் இதுதான். மக்கள் பயந்தார்கள். பல பேர் இந்தத்துர்நாற்றத்தால் அனாதையாக இறந்தார்கள். மற்றவர்கள் உயிர் பயத்தால் மேலே வந்தார்கள். சூழ்நிலை மேலும் வருத்தமளிப்பதாக இருந்தது. எல்லாக் கிணறுகளிலும் சுரந்த துர்நாற்ற நீர் கிணறுகளுக்கு வெளியே பாய்ந்தது. சில நாட்கள் எதுவும் செய்யத் தோன்றவில்லை. பிறகு ஒரு நாள் திடீர் என்று பூமி நடுங்கியது. வடபுரத்தைச் சுற்றி இருந்த கிராமங்கள் - பட்டணங்கள் தரை மட்டமாகின. மக்களின் கதறல் சொல்லி மாளாது. மடிந்தவர்களை எண்ணவே முடியவில்லை. அந்த நடுக்கமும், அதிர்ச்சியும் கடலிலிருந்து இமயம்வரை அனுபவத்திற்கு வந்தது. மறுநாள் விடியலில் கோடிக்கணக்கான மக்களின் கதறல் காது செவிடாகும் அளவுக்கு பூமியையும் ஆகாயத்தையும் நிறைப்பதுபோல எழுந்து முழங்கியது. இதனால் பலரின் செவிப்பறைகள் கிழிந்து வாழ்க்கை முழுவதும் செவிடானார்கள். மேலும் பலர் மாரடைப்பாலும் இறந்தார்கள். வியப்பு என்னவென்றால் இந்த மலை மெலிவடையத் தொடங்கியது. மெலிந்து மெலிந்து, குறுகிக் குறுகி அது சின்னதானது. காற்று நிறைந்த ஒரு பெரிய பலூனாகத்தான் அது இருந்திருக்க வேண்டும் என்று சிலர் பிரமித்தார்கள். மலை கரைவதை யார் பார்த்தார்கள்? அது பெரிய விக்கிரகம் கரைவதைப்போல வானத்தைத்தொடும் அளவுக்கு உயர்ந்திருந்தது. இப்போது சிறிதாகிக்கொண்டு போவதைப் பார்ப்பதே ஒரு கிளர்ச்சியான அனுபவம். மெலிந்து மெலிந்து குறுகிச் சிறுத்து அது ஒரு மூட்டை அளவில் நின்றது. இந்த அதிசய நிகழ்வைக் கேட்டு நாட்டின் மூலை முடுக்குகளில் இருந்து மக்கள் கூட்டம் கூட்டமாக வந்தார்கள். முழு

அளவில் ஆய்வு செய்தபோது அது பெரும் விக்கிரக வடிவமாக இல்லாமல் ஆயிரம் கைகள், ஆயிரம் தலைகள் இருந்த ஒரு இராட்சச மனிதன் போலத் தெரிந்தது. இந்த மனிதன் பூமித் தாயின் மார்பில் வேர்விட்டிருந்தான். கிணறுகளில் கண்ட மரப் பலகைபோல இல்லாமல், அவன் வேர்களாகவே இருந்தன. இதைக் கண்டும் கேட்ட மகா சனங்கள் உறைந்துபோனார்கள். ஒரு நொடி மயான மௌனம் நிலவியது. அந்த நொடியிலேயே பறந்துகொண்டிருந்த நூற்றுக் கணக்கானோர் வானிலிருந்து தரையில் தடதட என்று விழுந்தார்கள். அவ்வளவு உயரத்தில் இருந்து விழுந்த பிறகு உயிர் பிழைப்பதாவது எப்படி? இத்தனை நாட்கள் விழாமல் பறந்துகொண்டிருந்தவர்கள் இப்போது எப்படி விழுந்தார்கள்? கீழே விழுந்துகொண்டிருந்த சிலர் தரையைத் தொடும் முன்பே தங்கள் கட்டுகளில் இருந்த காகிதத்தைக் கிழித்துப் போட்டது தெரிந்தது. சதாசிவன் விழுந்தவர்களில் ஒருவனை நெருங்கியபோது அவன் மேல் நான்கைந்து பேர் விழுந்து உடம்பு முறிந்தது. இப்போது மக்கள் கலைந்தார்கள். சிறப்பு என்ன என்றால் விழுந்தவர்களில் எல்லோரும் நம்மைப்போல உங்களைப்போல மனிதர்கள்தான். ஆனால் இவர்களுக்குப் பறக்கும் கலை எப்படி கைவசமானது? கடைசியாக சதாசிவனே ஆய்வு செய்தான்: கீழே விழுந்து இறந்த பறந்த கூட்டத்தில் எல்லோருக்கும் கழுகுக் கண்கள் இருந்தன!

பஞ்சத்தால் தவித்துக்கொண்டிருந்த வடபுரம் இப்போது பெரும் மழையில் மூழ்கியது. இடி மின்னலுக்குத் தத்தளிப்பதை யும் கண்டுகொள்ளாமல் மக்கள் மகிழ்ச்சியடைந்தார்கள். இடைவிடாமல் நாள் முழுவதும் பெய்த மழை மறுநாள் நின்றது. சூரியன் எப்போதையும் விட ஒளிமயமானான். கீழே விழுந்த பறக்கும் மனிதர்களை மழை அடித்துச் சென்று சகதியில் புதைந்துவிட்டது. கற்களிலும், மண்ணிலும், குப்பைகளிலும் ஒட்டிக்கொண்டிருந்த காகிதத் துண்டுகள் சிகப்புத் தரையின் பின்னணியில் வெள்ளையாக ஒளிர்ந்தன. சதாசிவன் அந்தத் துண்டுக் காகிதங்களை எல்லாம் சேகரிக்கச் சொல்லி மக்களிடம் வேண்டினான். மூன்று நாட்கள் சிரமப்பட்டு அந்தக் காகிதங்களை எல்லாம் சேகரித்தபோது மழையாலும், சகதியாலும் அதில் இருந்த நிறைய எழுத்துகள் அழிந்து போயிருந்தன. மேலும் ஒரே வகையான எழுத்துகள் இருந்த பல துண்டுகள் கிடைத்தன. அதில் இருந்த மொழியும் உரித்த வாழைப் பழத்தைப் போல கன்னடமாக இருக்கவில்லை. நாட்டின் பல மாநிலங்களில் இருந்த லிபி நிபுணர்களுக்கும், கல்வி அறிஞர்களுக்கும், நூல் தொகுப்பாளர்களுக்கும் அழைப்புவிடுக்கப்பட்டது. அவர்கள் எல்லாம் ஒன்றாக சேர்ந்து பல செய்திகளை விவரமாகப் பார்த்து,

அந்தக் காகிதங்களில் இருந்த எழுத்துக்களை கீழ்க் கண்ட விதத்தில் நகல் எடுத்துக் கொடுத்தார்கள்:

"நாட்டின் நிலவளம், குளம், நதி, கடல், அரசாங்கம், கொடி கேசரி மற்றும் பச்சை வண்ணங்கள், மா.... (எழுத்துகள் முழுமையாக அழிந்து போயிருக்கின்றன) உரிமைகள், தலைமை, பிறப்புரிமை, நீதிமன்றத் தீர்ப்பு, சிபாரிசுக் கடிதங்கள், வரலாற்று ஆவணங்கள், தேர்தல்கள், அழகான இளம் பெண்கள், ஆன்மிகம், வேதாந்தம் புராணங்கள், மதங்கள், மூச்சுவிடும் காற்று, தரை, வான், நீர் சேனைப் படைகள், உணவு தானியங்கள், மாமிசம், மக்களின் ஆடைகள், வீடுகள், மனிதர்களின் இரத்தம் மற்றும் சென்சார் செய்யமுடியாத அவர் மனம், மொழியின் புனிதம், தலித் இலக்கியத்தின் மேன்மை, பத்திரிகை இலக்கியம், வைதிக தர்மம், குடியரசின் பாடங்கள், வாழ்க்கைத் தரங்கள், பரம்பரை, ஏழ்மை, அரசியல் செல்வாக்கு, வலி – இவை எல்லாம் எங்கள் பொறுப்பில் இருக்கின்றன!"

எங்கள் பொறுப்பில் என்றால்? (கடைசியில் இருக்கும் ஆச்சரியக் குறி அந்த சதாசிவனால் வைக்கப்பட்டது) 'எங்கள்' என்றால் யார்? பறந்துகொண்டிருந்தவர்களா? மக்களுக்கு சந்தேகமோ சந்தேகம். ஏன், எதற்கு என்று மக்கள் கையை உயர்த்திக் கூவினார்கள். சதாசிவனுக்கு எதுவும் தோன்ற வில்லை. "எங்கள் என்றால் இப்போது குட்டையான இந்த உயிரற்ற இராட்சசனாக இருக்க வேண்டும்" என்றான். இந்த பதில் ஒருவரிடமிருந்து மற்றவருக்குப் பரவி எல்லோரும் இப்போது சிறிய மூட்டை அளவிலிருந்து சுண்டைக்காய் அளவிற்கு சிறுத்த 'குள்ள இராட்சசன்' சவத்தைச் சுற்றி நின்றார்கள். அவர்கள் நடுவில் பழுத்த உடம்புடன் சருமம் சுருங்கிய வெறும் எலும்பாக இருந்த மொட்டைத் தலை ஏழை பிராமணக் கிழவர் ஒருவர் தடி ஊன்றிக்கொண்டு உடல் நடுங்க முன்னே வந்தார். கையில் இருந்த துணிப் பையிலிருந்து ஒரு சிறிய மூட்டையை வெளியே எடுத்தார். அதைக் கட்டி இருந்த நூலையும், சுற்றி இருந்த துணியையும் மெல்ல நடுங்கும் கைகளால் திறந்தார். அந்த மூட்டையில் என்ன இருக்குமோ என்று பயந்தவர்களும் சிலர் உண்டு. முழுதும் திறந்தபிறகு ஒரு உடைந்த கண்ணாடி தெரிந்தது. வயதான பெரியவர் அதை வேட்டி நுனியால் துடைத்து, மூக்குக்கு மேல் வைத்துக்கொண்டு, கைகளை முழங்கால் மீது வைத்து, குனிந்து, கோலிக் குண்டைவிடவும் சின்னதாக இருந்த அந்த 'குள்ள இராட்சசனின்' சவத்தை ஓரிரு விநாடி நன்றாகப் பார்த்துக்கொண்டே நின்றார். பிறகு பக்கத்தில் இருந்த ஆதிசிவனைப் பார்த்து, அமைதியாக, "மிக

பயங்கரமாக கதறிக்கொண்டு இறந்த இவன் திரேதாயுகத்து இராட்சசனாகவே இருக்கவேண்டும். இவ்வளவு பயங்கரமான இராட்சசன் வேறொருவனாக இருக்க முடியாது. எனக்குத் தெரிந்த அளவில் இவனைப் பார்த்தால் மத்ஸ்ய மகாபுராணத்தில் திரிவிக்கிரமனைப்போல அளவிலா தேகத்தை அடைந்து நூற்றுக்கணக்கான முகங்களும், ஆயிரக்கணக்கான கைகளும் சேர்ந்து, இந்திரனுக்கு எதிராக கர்ஜித்த காலநேமி என்ற இராட்சசன் நினைவிற்கு வருகிறான்" என்று சொன்னார். இந்தப் பேச்சு முடிவதற்குள் கோலிகுண்டை விடவும் சிறிதாக இருந்த அந்த இராட்சச சவம் மாயமாகி அந்தரத்தில் கலந்துவிட்டது.

— 1978

எஸ். திவாகர்

உயிர்க்கடவுள்

வேத பிரம்மா ஸ்ரீ ஸ்ரீ ஹிருத்கமலானந்த சுவாமிகள் ஊர் எது? முழு உலகம். அவர் புவனகிரியில் வந்து நிலைத்து எத்தனை ஆண்டுகள் ஆனதோ யாருக்கும் தெரியாது. சுவாமிகளைக் கண்டால் எல்லோருக்கும் கௌரவம், பக்தி. வேத பிரம்மா ஸ்ரீ ஸ்ரீ ஹிருத்கமலானந்த சுவாமிகள் பிறப்பிலிருந்தே பிரம்மச்சாரி என்று புகழடைந்தவர். ஊருக்கு வெளியே இடிந்த மண்டபம்தான் அவருடைய ஆசிரமம். புவனகிரியின் பிராமணர்கள் அவருடைய உறவினர்கள். வே.ஸ்ரீ.ஸ்ரீ.ஹி.சுவாமிகள் ஞானத்தின் சகல சற்குணமும் கொண்டவர், தர்ம இரகசியங்களில் வல்லவர், பிரார்த்தனைக்குரியவர், சத்திய சீலர், மன உறுதியுள்ளவர், நன்னடத்தைக்காரர், எல்லா விலங்குகள் மீதும் அன்பு செலுத்துபவர், தரிசிக்கத் தகுதியுள்ளவர், ஐம்புலன்களை வென்றவர், அறிஞர், திறமைசாலி, கவர்ச்சியானவர், பொறாமை இல்லாத புண்ணிய புருஷர். அபூர்வமான செல்வாக்கும், தேஜசும் கொண்ட மகாத்மா; அதற்கும் மேலாக நீதிமான், கருணையுள்ளம் கொண்டவர்.

புவனகிரிக்கு அரை மைல் தொலைவில் ஒரு சிறிய நதி இருக்கிறது. அதைத் தாண்டினால் ஒரு குன்று. குன்றின் மேல் மழை, காற்று, வெயிலுக்கு உடலைக் காட்டியபடி ஒன்றேமுக்கால் அடி உயரத்தில் ஒரு ஆஞ்சநேய மூர்த்தி. புவனகிரியில் பல கடவுள்கள் எழுந்தருளி, தங்களைச் சுற்றி அழகான

கோயில்களை எழுப்ப எல்லா மக்களையும் ஊக்குவித்தாலும், நதியைத் தாண்டி, குன்றேறி நின்றிருக்கும், இந்த அனுமந்தனின் கொடுமையான நிலைமையைக் கண்டு கண்ணீர் சிந்தும் மக்கள் எங்கிருந்து வரவேண்டும். ஆனால் வே.ஸ்ரீ.ஸ்ரீ.ஹி. சுவாமிகளுக்கு இந்த அநாதை மாருதியென்றால் உயிருக்கு உயிர்; அவ்வளவு ஏன் அவருக்கு அனைத்தும் அவனே. பிறப்பிலிருந்தே அவரும் பிரம்மச்சாரியாக இருப்பதால், அவருக்கு மாருதியின் சிரமம் தெரிந்திருக்கவேண்டும். மாருதியின் இந்தத் துயர நிலைமைக்காக அவர் வருந்தாத நொடியில்லை. இந்த ராமர் தொண்டன், பரம பக்தன், தெய்வத் தன்மை உடையவன். நெஞ்சைப் பிளந்து இதயத்தில் ஸ்ரீ ராமச்சந்திரனைக் காண்பித்த மகானுபாவன். அவன் நிஷ்டைக்கும், பக்திக்கும் ஈடேது? இப்படியான உயிர்க் கடவுள் இயற்கைச் சீற்றத்திற்கு ஆளாகவேண்டுமா? அவன் தலை மேல் ஒரு கூரையை எழுப்பாத மக்கள் பெரிய பாவிகள் அல்லவா? "ஹனுமத்யுஜ்ஜிதபிராணே ஜீவந்தோபி வயம் ஹதாஹா" ஹனுமந்தன் ஏதாவது உயிரைத் துறந்தால் நாம் எல்லாம் உயிரோடு இருந்தாலும் மடிந்தவர்கள் தானே? வே.ஸ்ரீ.ஸ்ரீ.ஹி. சுவாமிகள் பயத்தால் நடுங்கினார். உணவைத் துறந்தார். உறங்க மறுத்தார். கண்ணை மூடினால் போதும். அநாதை மாருதி தோன்றுவான். பகல் இரவு பாராமல் அவர் மாருதியின் காவலுக்கு நின்றார். ஊர்க்காரர்களின் அலட்சியத்தை இந்தக் கருணாமூர்த்தி எத்தனை நாள் தாங்கமுடியும்? அவனுக்கு கோபம் வந்தால் என்ன கதி? என்றெல்லாம் பிதற்றினார். நான் ஒருவன் என்ன செய்யமுடியும் என்று நொந்துகொண்டார். எல்லா உயிரினங்களின் நலனையும் விரும்பும் அவர் ஊர் மக்கள் அனுமந்தனின் கோபத்திலிருந்து விடுபடுவது எப்போது என்று ஆதங்கப்பட்டார்; அனுஷ்டுப் சந்த மந்திரத்தால் ஹனுமந்தனின் புகழைப் பாடினார். கீர்த்தனையைப் பாடிக்கொண்டே மணிக்கு எண்பத்தி எட்டு முறை 'மாருதி' 'மாருதி' என்றார். ஒன்றே முக்கால் அடி உயரத்து மூர்த்தியின் எதிரில் அவரும் ஒன்றே முக்கால் அடியாக உட்கார்ந்துவிட்டார்.

மாருதியின் கோபத்தின் அறிகுறியோ அல்லது வே.ஸ்ரீ.ஸ்ரீ. ஹி. சுவாமிகளின் ஆதங்கத்தின் விளைவோ என்னவோ அன்று ஒருநாள் மாலை அவர் தன்னுடைய இடிந்த மண்டபத்துக்கு ஓடி வந்தார். மூலையில் இருந்து ஒரு பெருச்சாளி ஓடி வந்து சுவாமிகள் முன் துடிதுடித்து உயிர் விட்டது. சுவாமிகளின் வியப்பிற்கு அளவே இல்லை. கடந்த பல நாட்களாக மாருதியின் ஆராதனையிலேயே மனம் ஒன்றியிருந்த சுவாமிகளுக்கு வெளி உலக நினைப்பே இல்லை. அந்த அளவுக்கு மாருதி அவர் மனதைக் கவர்ந்திருந்தான்.

சுவாமிகள் வியப்போடு வெளியே வந்த போது தொலை தூரத்தில் தோட்டி முனியன் ஒரு பெரிய கூடையைத் தூக்கி நடந்துகொண்டிருந்தான். சுவாமிகளுக்கு நல்ல நாசி உணர்வு. முனியனின் கூடையிலிருந்து இறந்த எலிகளின் நாற்றம் அவர் மூக்கைத் துளைத்தது.

"டே, முனியா, என்னத்த சுமந்துகிட்டுப் போறே?" என்றார்.

"செத்த எலிங்க சாமியோ, அதென்னமோ பிளேக்காம். ஊர் நிறைய எலிங்க சாவுது. ரொம்ப சனங்களுக்கு காய்ச்சல் வந்திருக்கு. உங்களுக்குத் தெரியாதா? நடுத்தெரு தம்மண்ணா நேத்து போயிட்டாரு... நமக்கென்ன காத்திருக்கோ..?"

வே.ஶ்ரீ.ஶ்ரீ.ஹி.சுவாமிகள் தைரியத்தை இழந்தார். மாருதி ஊர்க்காரர்களைப் பழி வாங்குகிறான் என்று எண்ணினார். "இனி என்ன கதி, கடவுளே" என்று தலை மேல் கைவத்துக்கொண்டு அமர்ந்தார். முக்கியமாக ஊர்க்கார்கள் இதயம் இல்லாதவர்கள். மனிதனில் இதயத்தை விடவும் புனிதமான உறுப்பு வேறு என்ன இருக்கிறது? மாருதியின் கோபம் தணிய வேண்டும் என்றால் மனிதர்களின் மனத்திலேயே அவனுக்கு ஒரு கோயில் அமையவேண்டும். எப்படி? சுவாமிகள் சாணக்கியர். அவருக்குத் தெரியாதது என்ன இருக்கிறது? தோன்றாதது எது இருக்க முடியும்? முனியன் திரும்பி வருவதற்காகக் காத்திருந்தார்.

இருட்டிக் கொண்டிருந்தது. முனியன் ஓடியபடி திரும்பி வந்தான். வே.ஶ்ரீ.ஶ்ரீ.ஹி. சுவாமிகள் மனதில் உறுத்தல். ஆனால் துணிவை இழந்தால் காரியம் நடக்காது. அவசரத்துடன் அவன் அருகே ஓடினார். சுவாமிகள் ஓடி வருவது என்றால்! முனியனுக்கு வியப்பாக இருந்தது. "முனியா உங்கிட்ட பேசணும், வா" என்றார். முனியன் தூரமாக விலகினாலும் சுவாமிகள் நெருங்கி நெருங்கிச் சென்றார்; கடைசியாக அவன் கையைப் பிடித்துக்கொண்டார். சுவாமிகள் புனிதத்தைக் கெடுத்து விட்டேனே என்ற கவலையில் முனியன் தவித்தான். நல்ல பலசாலியானாலும் சுவாமிகளின் குரங்குப் பிடியிலிருந்து விடுபட முடியவில்லை. ஊர் பிராமணர்கள் பார்த்தால் என்ன கதி என்ற யோசனையும் அவர் தலையில் நுழையவில்லை. முதலில் மாருதி கோயில்; பிறகு ஆசாரம், நியமம் எல்லாம்.

அந்த இரவு வெகு நேரம்வரை வே.ஶ்ரீ.ஶ்ரீ.ஹி. சுவாமிகள் முனியனுக்கு இதயம் கவரும் விஷயத்தைப் பற்றி உபதேசம் செய்தார். எல்லோரும் கேட்கக்கூடிய செய்தியைத் தொலைவி லிருந்தே உரக்கச் சொன்னார். சில விஷயங்களை முனியன் ஒருவன் மட்டுமே கேட்கவேண்டும் என்று தோன்றும்போதும்,

அது அவன் மனதைத் தொட வேண்டும் என்கின்ற போதூம், தன் நாசி உணர்வைத் தொலைவிலேயே கழற்றி வைத்துவிட்டு, அவன் அருகில் நெருங்கி, அவன் தேகத்தைத் தொட்டு, தலையைத் தட்டி, காதில் வாய்வைத்து ஓதினார். நேரம் கடக்கக் கடக்க முனியனின் மனதிற்கும் சம்மதம் என்று தோன்றியது. வே.ஸ்ரீ.ஸ்ரீ. ஹி. சுவாமிகள் ஊர் மக்கள் தனக்கு அளித்த குருதட்சிணையின் பெரிய மூட்டையை அவனுக்குக் காட்டினார். அவன் கொண்டு வந்து கொடுக்கும் இதயங்களுக்கெல்லாம் அவற்றின் தரம், அந்தஸ்துகளுக்குத் தகுந்தது போல பணம் கொடுப்பதாகச் சொன்னார். பண விஷயம் காதில் விழுந்ததும் முனியன் தயாரானான்; சுவாமிகளின் பேச்சை நிறைவேற்றிக் கொடுப்பதாக எவ்விதக் கூச்சமும் இல்லாமல் அவர் கைமேல் கைவைத்து வாக்குக் கொடுத்தான்.

மறுநாளிலிருந்து வே.ஸ்ரீ.ஸ்ரீ.ஹி. சுவாமிகள் மக்கள் இறப்பதற்காகவே காத்துக் கொண்டிருந்தார். பிளேக்கும் பரவியது.

ஒவ்வொருநாள் இரவும் முனியன் இதயங்களைக் கொண்டுவந்து கொடுத்தான்; பணத்தை எண்ணிக்கொண்டு போனான். இதயங்களின் எண்ணிக்கை நாளுக்கு நாள் கூடியது.

மல்யுத்தக்காரர்களின் இதயங்கள் வந்தன, குண்டர்களின் இதயங்கள் வந்தன, திருடர்களின் இதயங்கள் வந்தன, வேசிகளின் இதயங்கள் வந்தன, பணக்காரர்களின் இதயங்கள் வந்தன, தோட்டிகளின் இதயங்கள் வந்தன, குழந்தைகளின் இதயங்கள் வந்தன, சைவம் உண்பவர்களின் இதயங்கள் வந்தன, புலால் உண்பவர்களின் இதயங்கள் வந்தன, சாப்பாட்டு ராமன்களின் இதயங்கள் வந்தன, தரித்திர இதயங்கள் வந்தன, அழகியர் இதயங்கள் வந்தன, கணவனை இழந்தவர்களின் இதயங்கள் வந்தன, கணவனை வெறுப்பவர்களின் இதயங்கள் வந்தன, காதலர்களின் இதயங்கள் வந்தன, மலடிகளின் இதயங்கள் வந்தன, கிழவியர்களின் இதயங்கள் வந்தன, நெருக்கமானவர்களின் இதயங்கள் வந்தன, சண்டைக்காரிகளின் இதயங்கள் வந்தன, தர்மகர்த்தாக்களின், கருமிகளின் இதயங்கள் வந்தன, பாலியல் நோயாளிகளின் இதயங்களும் வந்தன, கலைஞர்களின் இதயங்களும் வந்தன, இலக்கியவாதிகளின் இதயங்களும் வந்தன, சில சின்னச் சின்ன அரசியல்வாதிகளின் இதயங்களும் வந்தன, இப்படிப் பலவகை வகையான இதயங்கள் வந்து குவிந்தன.

ஆனால் பிராமணர்களின் இதயங்கள்! அமிர்தத்தைக் குடித்து சம்ஸ்கிருதத்தைக் கைவசப்படுத்திக்கொண்டவர்கள் என்றால் பிராமணர்கள். அத்தகு இதயங்களைவிட பரிசுத்தமான இதயங்கள் எங்கே இருக்கின்றன? சுயம் மகா பிராமணரான

வே.ஸ்ரீ.ஸ்ரீ.ஹி. சுவாமிகள் பிராமணர்களைச் சபித்தார். "பாழாய்ப்போன பிராமணர்கள், பிணத்தைப் புதைக்காமல் எரித்துவிடுகிறார்களே" என்று அவருக்கு வருத்தம். ஆனாலும் தற்சமயம் அந்த எண்ணத்தைக் கைவிட்டார். வரும் இதயங்களை அவர்கள் சாதி, அந்தஸ்து, வயது, தொழில், மனோதர்மம் போன்ற வகைகளாகப் பிரிக்க வெகு நேரம் பிடித்தது.

முனியன் புவனகிரி மயானத்துக்கு மட்டுமல்லாமல், நல்ல சாதி இதயங்களுக்காக சுற்றிலும் இருக்கும் ஊர்களுக்கெல்லாம் போய்வந்தான். இரவுக்காகவே காத்திருந்து, சில மகாராஜாக்களின் உறவுக்காரர்களின் இதயங்களையும், ஓய்வு பெற்ற சிப்பாய்களின் இதயங்களையும் அவன் எடுத்து வந்ததுண்டு. எனென்றால் உயர்சாதி இதயங்களைக் கொண்டுவந்து கொடுத்தால் சுவாமிகள் அதிகம் பணம் கொடுப்பார்.

வே.ஸ்ரீ.ஸ்ரீ.ஹி. சுவாமிகள் நோய் வாய்ப்பட்டவர்களின் வீடுகளுக்கெல்லாம் சென்று பாதம் பதித்து விட்டு வந்தார். என்றும் வராத சுவாமிகள் வீட்டுக்கு வந்தார் என்று நோயாளிகளுக்கும் மகிழ்ச்சி. "எல்லாம் நல்லதாகும், மாருதி உன்னைப் பார்த்துக்கொள்வார்" என்று சொல்லி சுவாமிகள் ஆசி வழங்கினார்.

சுவாமிகளின் இடிந்த மண்டபத்தில் இதயங்களின் குவியல். பிளேக்கின் அட்டகாசமும் குறைந்தது. அதனால் இறப்பவர்களும் குறைந்தார்கள். ஒரு நாள் முழுவதும் சுவாமிகள் பத்மாசனம் போட்டு குவிந்து கிடந்த இதயங்களை எண்ணினார். கோயிலுக்கு இனி ஓரிரு இதயங்கள்தான் வரவேண்டி இருந்தது. சுவாமிகள் யோசித்தார்:

புவனகிரியில் குட்டதப்பா என்பவர் பெரிய பணக்காரர். அவர் மிகப் பெரிய அளவில் வரவு செலவு வைத்துக்கொண்டிருந்தார். ஊர் மக்களுக்கு வட்டிக்குப் பணம் கொடுத்துப் பணக்காரராகி இருந்தார். மகா கருமி என்றும் கெட்ட பெயர். குட்டதப்பா மனது வைத்தால் புவனகிரியையே விலைக்கு வாங்கிவிடலாம். வாங்கியிருந்தால் வே.ஸ்ரீ.ஸ்ரீ.ஹி. சுவாமிகள் அவர் சொத்தாகி இருப்பார். ஆனால் குட்டதப்பா அப்படியான நல்ல காரியம் செய்யவில்லை. ஆறு மாதங்களாகப் படுக்கையில் விழுந்து கிடந்தாலும் அவருக்கு சாக விருப்பமில்லை. அவருடைய இதயம் வலிமை மிகுந்ததென்று சுவாமிகள் நினைத்தார், இன்றல்ல, நாளை சாகத்தானே வேண்டும் என்று சுவாமிகள் அவர் இறப்பதற்காகக் காத்திருந்தார். அவர் பிணத்திற்காக முனியன் இடுகாட்டில் காத்துக் கொண்டிருந்தான். குட்டதப்பா வலிமை மிக்கவர். ஆனால் மரணம் நெருங்கத் தாமதமானது. சுவாமிகள் அவர் வீட்டுக்கு வந்தார். சோறு, தண்ணீரை விட்டுவிட்டு அவர் படுக்கைக்கு

அருகிலேயே அமர்ந்து விட்டார். துயரத்தில் மூழ்கியிருந்த அவர் மனைவி துர்க்காம்மாவிடம் “உன் கணவரை மாருதி பார்த்துக்கொள்வான்” என்று ஆறுதல் சொன்னார். ஆனால் என்ன, மாருதி பார்த்துக்கொள்ளவில்லை. குட்டதப்பா சாகவில்லை. அவர் மனைவியின் அழுகையும் நின்றபாடில்லை. வே.ஸ்ரீ.ஸ்ரீ.ஹி. சுவாமிகளுக்கு உண்மையாகவே வருத்தமானது. ஒரு மாதம் கடந்தது, இரண்டு மாதங்கள் கடந்தன. குட்டதப்பா இறப்பது இருக்கட்டும், மெல்ல மெல்ல குணமடையத் தொடங்கினார். சுவாமிகளின் பொறுமைக்கும் அளவிருந்தது. ஒருநாள் துர்க்கம்மா சமையலறையில் கஞ்சி காய்ச்சிக் கொண்டிருந்தாள். குட்டதப்பா மல்லாந்து படுத்துக் கொண்டு உத்தரத்தை எண்ணிக் கொண்டிருந்தார். சுவாமிகள் படபடத்தார். அவர் நடுங்கும் கைகள் குட்டதப்பாவின் தலையைக் கோதின, முகத்தைத் தடவின. தாடையை நீவின, கழுத்திற்கு அருகில் வந்து நின்றன. அழுத்தின. குட்டதப்பா கொடக் என்றார்.

அதே நாள் அவர் பிணம் மயானத்தை அடைந்தது. முனியனே முன் நின்று குழி பறித்தான். துர்க்கம்மா பிரபஞ்சமே அதிரும்படி அழுது கணவனை அடக்கம் செய்தாள். இரவு வந்தபிறகு முனியனுடன் சுவாமிகள் மயானத்திற்குப் போனார். முனியன் குழியைத் தோண்டி குட்டதப்பாவை வெளியே எடுத்தான். சுவாமிகள் அவர் மார்ப்பைப் பிளந்தார். என்ன வியப்பு! குட்டதப்பாவின் அந்த பரந்த மார்பில் இரவு முழுக்கத் தேடினாலும் இதயம் கிடைக்கவே இல்லை.

சுவாமிகள் உறைந்துபோனார். இனி மாருதிக்கு இதயங்கள் தேவை இல்லை என்று எண்ணினார். கூடிய விரைவில் இதயக்கோயில் தயாராக வேண்டும். வே.ஸ்ரீ.ஸ்ரீ.ஹி. சுவாமிகள் சிற்ப சாஸ்த்திரம் பயின்றார். நாகர, திராவிட, வேசர பாணி களின் கோயில்களை ஆராய்ந்தார். வராஹமிஹிரனின் ‘பிருஹத்சம்ஹிதா’, மானசார’, ‘அபிலஷிதார்த்த’ங்களை புரட்டிப் பார்த்தார். வைஷ்ணவக் கோயில்களுக்கு ஊக்கமளித்த ‘வைகானச’ அல்லது ‘பஞ்சராத்ரா’ ஆகமங்களை மனப்பாடம் செய்தார்.

அநாதை மாருதியைச் சுற்றி கோயில் உருவாகத் தொடங்கியது. அடித்தளம் அமைக்க பயில்வான்களின், தோட்டிகளின், தடியர்களின் இதயங்கள் பயன்படுத்தப்பட்டது. மாமிச உணவுக்காரர்களின் இதயங்களால் மேடை அமைந்தது. பல சாதிகளின் இதயங்களால் சுவர்கள் எழுந்தன. பாலியல் நோயாளிகளின் இதயங்களால் படிகள் எழுந்தன. தூண்களுக்கு கலைஞர்களின் இதயங்கள், கூரைக்கு புகழ்ச்சி பாடும் பட்டர்களின் இதயங்கள், சிகரத்திற்கு அழகிகளின் இதயங்கள்,

முகப்புக் கூடத்திற்கு குழந்தைகளின் இதயங்கள், கர்பகிருகத்திற்கு தர்மாத்மாக்களின், நெருங்கியவர்களின் இதயங்கள் - இப்படி சேகரிக்கப்பட்ட எல்லா இதயங்களையும் கோயில் உருவாக பகிர்ந்தளிக்கப்பட்டன. சிகரத்தின் உச்சி மட்டும் மொட்டை யானது. அதற்குத் தகுந்த மாதிரி நெடுந்தொலைவுவரைக்கும் ஒளியைச் சிந்தும் உயிர்த்துடிப்பான இதயம் கிடைக்கவில்லையே.

இதற்கிடையே முனியனுக்கும் அபார தெய்வபக்தி துளிர்விட்டது. வே.ஶ்ரீ.ஶ்ரீ.ஹி. சுவாமிகளின் காலில் விழுந்து வணங்கினான். தன் இதயத்தை ஏற்றுக்கொள்ளவேண்டும் என்று வேண்டினான். அனுமந்தனைப் போலவே நெஞ்சை நிமிர்த்தி தன் மார்பைப் பிளந்து இதயத்தை சுவாமிகளின் பாதத்தில் வைத்தான். சுவாமிகள் அவன் பக்தியைப் பாராட்டி அவனுடைய இதயமில்லாத தேகத்தை ஆசீர்வதித்தார். டக்டக் என்று துடித்துக்கொண்டிருந்த அவன் இதயத்தை சிகரத்தின் உச்சியில் வைத்தார். எந்தத் திசையிலிருந்து பார்த்தாலும் அது அழகாக ஒளிர்ந்தது. கடிகாரத்தைப்போல எப்போதும் துடித்துக்கொண்டே இருந்த அந்தத் தோட்டியின் இதயம் கோயிலுக்கு ஒரு அதிசயமான களையை அளித்தது. உயிரற்று விழுந்திருந்த முனியனின் தேகத்தை சுவாமிகள் குன்றின் அடியில் புதைத்துக் கைகழுவினார்.

இப்போது சுவாமிகள் மனம் மகிழ்ந்தார். கர்ப்பகிருகத்தில் கண்சிமிட்டாமல் மாருதியையே பார்த்துக்கொண்டிருந்தார். “பபதா சஹசா ஹிருஷ்டோ ஹர்ஷான்மோகம் ஜகாம ஹ” - ஆனந்தப் பரவசத்தில் மெய்மறந்து மயங்கினார்.

பல நாட்கள் அப்படியே தவத்தில் அமர்ந்தார். அவர் வழுக்கைத் தலை மேல் ஏதோ குளிர்ச்சியாக, தொப்பென்று விழாமல் இருந்திருந்தால் இந்தப் பிறவியில் அவருடைய தவத்திற்கு எந்தக் குறையும் ஏற்பட்டிருக்காது. சுவாமிகள் கண்களைத் திறந்தார். தலையைத் தொட்டுப் பார்த்துக்கொண்டார். இரத்தம்.... அவருடைய மனவலிமை குன்றிப்போனது. மறுநொடியே மாருதியின் தலை மேலும் தொப்பென்று விழுந்தது இரத்தம். சுவாமிகள் தலை நிமிர்ந்து பார்த்தார். நான்கு ஆள் உயர கோபுரத்தின் உச்சி நுனியில் ஒளிர்ந்தபடி இரத்தத்தில் தோய்ந்து சிரித்துக்கொண்டிருந்தது முனியனின் தோட்டி இதயம்! சுவாமிகளுக்கு ஒரே வியப்பு, மாற்றம். துணியால் மூக்கை மூடிக்கொண்டார். அபிஷேகப் பாத்திரத்திலிருந்து ஊற்றுவதுபோல திடீரென்று அந்தத் தோட்டியின் இதயம் தாராளமாக இரத்தத்தை ஊற்றி மாருதிக்கு அபிஷேகம் செய்தது. சுவாமிகள் நெஞ்சைப் பற்றிக்கொண்டு வெளியே ஓடி வந்தார்.

இரவாகி இருந்தது. சுத்தமான வானில் நிலா. அந்த நிலவொளியில் இதயக்கோயில் சிகப்பாக பிரகாசமாக ஒளிறியது. முனியனின் நெஞ்சத் துடிப்பு மேலும் அதிகமானது. மெல்ல சுவாமிகளின் காது செவிடாவதுபோல மற்ற இதயங்களும் துடித்து இரத்தம் சிந்தின. இடி இடித்ததுபோல சத்தமானது. சுவாமிகள் கல்லென நின்றார். இதயக் கோயில் தொப்பென்று இடிந்து விழுந்தது. இதயங்கள் சிதறின. அடித்தளத்தில் இருந்த குலம் கெட்ட இதயங்கள் தவளையைப்போல எம்பிக் குதித்தன. மெல்ல எல்லா இதயங்களும் தவழத் தொடங்கின. நதிக்கு அருகில் எல்லாம் ஒன்றாகக் கூடின. நீந்தத் தெரிந்த இதயங்கள் முதலில் வரிசையாக தண்ணீரில் குதித்து பாலமாயின. அவற்றின் மேல் மற்ற இதயங்கள் வரிசையாக நடந்து சென்று நதியைக் கடந்தன. இதயங்கள் வரிசையாக நடக்கும் நண்டுகளைப்போல புவனகிரியை நோக்கித் தவழ்ந்தன. ஓரிரு முடவர் இதயங்கள் மட்டும் நொண்டிக்கொண்டே பின்பற்றின.

இரவு பதினொரு மணி புவனகிரியின் மக்கள் துயிலத் தயாராகிக்கொண்டிருந்தார்கள். திடீரென்று ஆயிரம் கைகள் ஊர் நுழைவாயிலைத் தட்டும் ஒலி. அப்போதே பஞ்சத்தால் தவித்துக்கொண்டிருந்த மக்கள் எந்தப் பிசாசு வந்ததோ என்று பயந்தார்கள். ஆயிரம் இதயங்களின் பலத்தின் முன் நிற்கமுடியாமல் ஊர் நுழைவுக்கதவு படபடவென்று முறிந்துபோனது. இதயங்களின் படையே உள்ளே நுழைந்தது. ஊர் மக்கள் வீட்டுக்கு வெளியே வந்து நின்றார்கள்; தமக்குரியவர்களின் இதயங்களை அடையாளம் கண்டுகொண்டார்கள். இதயங்களும் தங்கள் வீட்டை நோக்கி ஓடின; கதவைத் திறக்காத வீடுகளின் கதவுகளைத் தட்டின. கதவுக்குக் குறுக்கே நின்றவர்களின் காலுக்கு அடியில் நுழைந்து உள்ளே புகுந்தன. பல கணவன்மார்கள் தங்கள் மனைவிகளின் இதயங்களை அடையாளம் கண்டு அழைத்துச் சென்றார்கள். இன்னும் சில கணவன்மார்கள் தங்கள் கற்புக்கரசியரின் இதயங்கள் மற்ற அழகான இளைஞர்களின் வீட்டிற்குப் போவதைப் பார்த்து அதிர்ந்து போனார்கள். பாலியல் நோயாளிகளின் இதயங்கள் பக்கத்தில் நெருங்கிய சமயத்தில் தாவி விலகியவர்களும் உண்டு. குழந்தைகளின் இதயங்களைத் தழுவிக்கொணடார்கள் அம்மாக்கள். பயில்வானின் இதயங்களைக் கண்ட சிலர் ஓடிப்போனார்கள். பணக்காரர்களின் இதயங்களைப் பார்த்து நெட்டிமுறித்தார்கள் சிலர். தர்மாத்மாக்களின் இதயங்களை வணங்கினார்கள் பலர். தோட்டிகளின் இதயத்தைப் பார்த்து மூக்கை மூடிக்கொண்டவர்கள் சிலர்.

குட்டதப்பாவின் மனைவி துர்கம்மா தன் கணவனின் இதயத்தை வரவேற்கவரவே இல்லை. காத்துக்காத்து சலித்துப்போய்

அழுதுகொண்டே நின்றிருந்தபோது தொலைதூரத்தில் சிகப்பாக அழகாக ஒரு இதயம் வருவது தெரிந்தது. கணவர் வந்துவிட்டார் என்று துர்கம்மா மகிழ்ச்சியடைந்தாள். அருகே நெருங்க நெருங்க அது முனியனின் இதயம் என்று தெரிந்து மூக்கைமூடிக்கொண்டாள். முனியனின் தோட்டி இதயம் வேண்டுமென்றே அவள் வீட்டின் முன் சிறிது நேரம் நின்று, அவளை கிண்டல் செய்துவிட்டு முன்னே சென்றது.

ஊரின் எல்லா வீடுகளும் திறந்திருந்தாலும் முனியனின் வீடு மட்டும் சாத்தியே இருந்தது. உள்ளே குழந்தை வயிற்றுக்கு இல்லாமல் அழுதுகொண்டிருந்தது. முனியனின் இதயம் கதவைத் தட்டியபோது, அவன் மனைவி கதவைத் திறந்து கணவனை அடையாளம் கண்டுகொண்டாள். "அப்பா வந்தார், பாரு பிள்ளை" என்று உள்ளே வந்த இதயத்தைக் குழந்தைக்குக் காட்டியபோது, பசியுடன் அங்கிருந்த ஒரு குழந்தை "அம்மா, அந்த மாமிசத்தை எனக்குக் கொடு" என்று கேட்டு அழுதது.

மறுபக்கத்தில் வேத பிரம்ம ஸ்ரீ ஸ்ரீ ஹிருத்கமலானந்த சுவாமிகள் அநாதை மாருதிக்கு முன்னே கொடிக் கம்பத்தைப் போல நின்றுவிட்டார். அவருக்கு மாரடைப்பு வந்ததா? அந்தக் காலத்தில் யாருக்கும் தெரியவில்லை. அவர் நின்றிருந்த இடத்தில் இப்போது ஒரு கொடிக் கம்பம் இருக்கிறது.

— 1974

வழியில்

அந்த வழி எங்களை ஈரப்பதம் பதிந்த இடத்திற்கு நடுவில் அழைத்துக்கொண்டு போனது. இரண்டு பக்கங்களிலும் பச்சையோ பச்சை. எங்கேயோ ஓரிரு இடங்களில் மட்டும் வறண்ட நிலம். வழிநெடுக சகதி. சிறிய சிறிய பள்ளங்கள் இருந்தாலும் கூட எங்கள் குதிரைவண்டி குறைவான வேகத்திலேயே ஓடிக்கொண்டிருந்தது. தொலைவில் குதிரைகளின் நிமிர்ந்து நின்ற காதுகளின் இடையே வான் முழுவதுமாகப் பரவிக்கொண்டிருந்த நீலக்காடு. அந்தக் காலமே அப்படித்தான்; வெறிச்சோடிய, அமைதி.

போதுமான தூரம் பயணித்த பிறகே ஒரு மனிதன் என் கண்ணுக்குத் தென்பட்டான். நெருங்கிச் செல்ல அவன் முக இலட்சணம் தெளிவாகத் தொடங்கியது; அப்படி எந்தச் சிறப்பும் தெரியாத சாதாரண முகம் - தபால் அலுவலகச் சீருடை அணிந்திருந்தான். தெருவோரத்தில் சும்மா நின்றிருந்தவன் குதிரைவண்டியில் இருந்த எனது பக்கமாக அலட்சியமாகப் பார்த்தான். அவனைக் கடந்து போனவுடன் எனக்கு மற்றொருவன் அதே போன்ற உடையில் தெருவோரத்தில் நின்றிருப்பது தெரிந்தது. சிறிது பொறுமையுடன் அவனைப் பார்த்தேன். ஆனால் உடனே மற்றொருவனும் மேலும் ஒருவனும் அதே போல தெரு ஓரத்தில் நின்றிருப்பது தெரிந்தது. அவர்களுடைய விரக்தியான கண்கள் ஒரே திசையில் பதிந்திருந்தன. அவர்கள் ஆடைகள் வண்ணமிழந்திருந்தன.

எஸ். திவாகர்

இப்படி அதிசயமான காட்சியால் குழப்பமடைந்த நான் சிறிது மேலெழுந்து பார்த்தேன். இப்போது வண்டிக்காரன் தோள் மேல் பகுதியிலிருந்து முன்னால் இருந்த வழி தெரிந்தது. தொலை தூரத்தில் மற்றொரு மனிதன் நேராக நின்றிருந்தான். அப்படி மேலும் இருவரைக் கடந்துபோனதும் எனக்கு ஆர்வம் கிளர்ந்தது. சிறு சிறு தொலைவில், அதாவது ஒருவன் மற்றவனைப் பார்க்கும் தூரத்தில் ஒரே நிலையில் நின்ற மக்கள்! வழியில் நடமாடும் பயணிகளை வழிகாட்டி மரம் பார்ப்பதுபோல பார்க்கும் மக்கள்! ஒருவனைக் கடந்து சென்றால் மற்றொருவன். இப்படி நின்றிருந்த மக்களைப் பற்றி வண்டிக்காரனிடம் கேட்க வேண்டும் என்று நினைத்தேன். அதற்குள் என் பக்கமாக முகத்தைத் திருப்பாமல் அவன் "ஒரு வேலையின் பொருட்டு" என்று சொன்னான்.

எங்கள் வண்டி அப்படி அலட்சியமாகப் பார்த்துக்கொண்டே நின்ற மற்றொருவனைக் கடந்து போனது.

"அது எப்படி?" என்று கேட்டேன்.

"ஆம், அப்படித்தான். அவர்கள் ஒரு வேலையின் பொருட்டு நின்றிருக்கிறார்கள்" என்றபடி வண்டிக்காரன் குதிரையை ஓட்டினான்.

வண்டிக்காரனுக்கு மேலும் விவரமாகச் சொல்ல மனம் இருந்ததைப்போலத் தெரியவில்லை. அநேகமாக விவரமாகச் சொல்வதே தேவையற்றது என்று தோன்றி இருக்கலாம். தன் சாட்டையை வீசிக்கொண்டே அவன் குதிரையை ஓட்டினான். வழியோரத்தில் முட்புதர்கள், பாழடைந்த மண்டபங்கள், பெரிய சிறிய மரங்கள் எங்கள் பார்வையில்பட்டு விலகிப்போயின. அவற்றுக்கு இடையே ஆங்காங்கே, படிப்படியாக, எனக்கு அப்போதே அறிமுகமான மனித உருவங்கள்.

"அவர்கள் என்ன வேலை செய்கிறார்கள்?" என்று விசாரித்தேன்.

"அரசாங்க வேலை... டெலெக்ராஃப் லைன்."

"அது எப்படி? தந்திக் கம்பிக்கு கம்பங்கள், கம்பிகள் வேண்டுமல்லவா?"

வண்டிக்காரன் என்னைப் பார்த்து தோளைக் குலுக்கினான்.

"நீங்கள் இந்தப் பக்கத்துக்காரர் அல்ல என்று எனக்குப் புரிந்துவிட்டது, விடுங்கள். டெலிக்ராஃபுக்கு கம்பங்கள், கம்பிகள் தேவை. ஆனால் இது வயர்லெஸ் டெலிகிராஃப். கம்பிகள் இணைத்த கம்பங்களையே நடவேண்டும் என்றிருந்தது. பிறகு

யாரோ கம்பங்களைத் திருடிக்கொண்டு போனார்கள். பிறகு கம்பிகளும் இல்லை."

"கம்பி இல்லை என்றால் என்ன அர்த்தம்?"

"இல்லை, நிச்சயமாக அதை எங்கும் பார்க்க முடியாது" என்று அவன் குதிரையைத் தட்டினான்.

எனக்கு பேச்சே எழாத அளவுக்கு ஆச்சரியமாக இருந்தது. ஆனால் மேலும் விவரங்களை அறிய ஆவலாகவும் இருந்தது.

"கம்பிகள் இல்லாமல் இந்த டெலிகிராஃப் லைன் எப்படி வேலை செய்கிறாது?"

"மிக எளிது, எந்தச் செய்தியை அனுப்ப வேண்டுமோ, அதை முதல் மனிதன் இரண்டாமவனிடம் கூவிச் சொல்வான். இரண்டாமவன் மூன்றாமவனிடம். மூன்றாமவன் நான்காமவனிடம். இப்படி செய்தி எங்கே போய் சேரவேண்டுமோ அங்கே போய்ச் சேரும். இப்போது அவர்கள் செய்தி அனுப்ப வில்லை; அனுப்பும்போது நீங்கள் பார்க்கலாம்."

"இந்த டெலிகிராஃப் உண்மையாகவே வேலை செய்யுமா?"

"ஏன் செய்யாது? கண்டிப்பாக வேலை செய்யும். ஆனால் பலமுறை செய்திகள் மாறிவிடும், அவ்வளவுதான். யாராவது ஒருவன் குடித்துவிட்டு வந்திருந்தால் மிகவும் சிரமம். குடித்தவனின் கற்பனை பெருகி, செய்தியைவிட கூடுதலான மற்ற வார்த்தைகள் சேர்ந்துவிடும். அதைத் தவிர கம்பங்களை மட்டும் கொண்டிருக்கும் சாதாரண டெலிகிராஃபை விட இந்த முறையில் அதிக வசதி இருக்கிறது. உயிருள்ள மனிதர்கள் யந்திரத்தைவிட அதிக புத்திசாலிகள் அல்லவா? மற்றும் காற்று மழையால் எந்த சேதமும் ஏற்படுவதில்லை. பழுதுபார்க்கும் செலவும் கிடையாது; கம்பங்களுக்குத் தேவையான மரமும் மிச்சம் - ஏனென்றால் மரத்திற்கு தட்டுப்பாடும் இருக்கிறதல்லவா? குளிர் காலத்தில் மட்டும் கொஞ்சம் சிரமம். காரணம், பசியால் நுழையும் ஓநாய்கள். அதற்கு எதுவும் செய்யமுடியாது."

"கம்பங்களைப் போல நின்றிருக்கும் இவர்களுக்கு இந்த வேலையால் மகிழ்ச்சி ஏற்படுகிறதா?" என்றேன்.

"ஏன் ஏற்படவில்லை? வேலை அத்தனை சிரமம் இல்லை. வெளிநாட்டு வார்த்தைகளை மட்டும் அவர்கள் கற்றுக்கொள்ள வேண்டும் அவ்வளவுதான். அவர்களுக்கு மேலும் அனுகூலம் ஏற்படப்போகிறது; அவர்கள் ஒவ்வொருவருக்கும் ஒலிபெருக்கியை சிபாரிசு செய்ய போஸ்ட்மாஸ்டர் தில்லிக்குப்

போயிருக்கிறார். ஒலிபெருக்கி வந்தால் அவர்கள் அதிகம் கத்திச் சொல்லவேண்டியதில்லை."

"அவர்களில் யாராவது செவிடர்கள் இருந்தால்?"

"ஊகூம் செவிடர்களை வேலைக்கு அமர்த்த மாட்டார்கள். திக்குவாய்க்காரர்களையும் வேலைக்கு சேர்த்துக் கொள்ளமாட்டார்கள். ஒருமுறை வார்த்தைக்கு வார்த்தை திக்குபவன் ஒருவனை நியமனம் செய்திருந்தார்கள். பெரியவர் ஒருவரின் சிபாரிசின் பேரில் அவனுக்கு வேலை கிடைத்தது. ஆனால் திக்குவதால் செய்தி அனுப்பும் லைனில் அவன் தடங்கலை ஏற்படுத்திக்கொண்டிருந்தான். அவனை சீக்கிரமாகவே வேலையில் இருந்து எடுக்கவேண்டியதானது. இங்கே இருந்து இருபதாவது மைல்கல் அருகே நாடகப் பள்ளியில் பயின்றவன் ஒருவன் இருக்கிறானாம். அவன் அதிக சத்தத்துடன் உரக்க, கவர்ச்சியாக கூவிச் சொல்வானாம்."

வண்டிக்காரன் பேச்சைக் கேட்டு எனக்கு சிறிது நேரம் குழப்பமாக இருந்தது. ஏதேதோ சிந்தனைகளில் மூழ்கிப்போன நான் தெருவில் நடமாடும் மக்கள் மீது கவனம் செலுத்தாமல் போனேன். எங்கள் வண்டி தெருக்குழிகளைத் தாண்டிக்கொண்டே காடுகள் நிறைந்த வானை நோக்கி ஓடியது.

"சரி, ஆனால் கம்பங்களும் கம்பிகளும் இருக்கும் ஒரு புதிய டெலக்ராஃப் லைன் இருந்தால் உங்களுக்கு நன்மைதானே?" என்று மெல்லக் கேட்டேன்.

"கடவுளே, அப்படி லைன் வருவதே வேண்டாம்" அவன் சலித்துக் கொண்டதைப்போலத் தோன்றியது. "டெலக்ராஃப் வழியாக நடக்கவேண்டிய வேலை முதல்முதலாக எங்கள் மாவட்டத்தில் எளிமையாக நடக்கிறது. மற்றும் கம்பங்களைப் போல நின்றிருக்கும் இந்த மக்களும் கூட சம்பளத்தையே நம்பிக்கொண்டிருக்கத் தேவை இல்லை. யாராவது செய்தி யொன்றை எதிர்பார்த்துக் கொண்டிருந்தால், பிறகு அந்த செய்தி சேதப்படாமல் சரியாகப் போய் சேரவேண்டும் என்று விரும்பினால், அப்படிப்பட்டவர்கள் குதிரை வண்டியில் அமர்ந்து வரிசையாக நிற்கும் ஒவ்வொருவரின் பையிலும் ஏதாவது இனாம் வைப்பார்கள். வயர் இருக்கும் டெலக்ராஃபை விட வயர்லெஸ் டெலக்ராஃபே நல்லது..."

எங்கள் வண்டி போட்டுக் கொண்டிருந்த சத்தத்தின் கூடவே தொலைவில் வரும் துடிப்பும் அல்லாத கத்தலும் அல்லாத ஒருவகை நிரந்தரக் கதறல் குரல் எனக்குக் கேட்டது.

இதிகாசம்

“ஆஆஆஈஈஈயயஈஈஆஆஆயேயே”

வண்டிக்காரன் திரும்பி செவி மேல் கைவைத்துக் கேட்டான்.

“இப்போது அவர்கள் செய்தியை அனுப்பிக்கொண்டிருக்கிறார்கள். கொஞ்சம் வண்டியை நிறுத்துவோம், நன்றாகக் கேட்கும்.”

வண்டிச் சக்கரம் ஓய்ந்து நின்றபிறகு சுற்றிலும் மௌனம் சூழ்ந்தது. அப்படியான மௌனத்தில் இயலாமையில் தவிக்கும் பறவைகளின் கத்தலைப்போல அந்தக் கதறல் எங்களை நெருங்கியது. எங்கள் வண்டிக்கு அருகில் இருந்த டெலக்ராஃப் மனிதன் தன் காதில் கைவைத்து செய்தியை வாங்கத் தயாராக நின்றான்.

“இனி என்ன, செய்தி இங்கே வந்துவிடும்” என்று வண்டிக்காரன் கிசுகிசுத்தான்.

உண்மை. கடைசி ஆஆஆயேயேயே நின்ற பிறகு பத்துப் பதினாறு மரங்களுக்கு வெளியே இருந்து மரணச் செய்தி ஒன்று வந்தது.

“அப் … பா … இயற் … கை … எய்தி … னார் … அட … க்கம் … புதன் … கிழமை … ”

“அவன் ஆத்மா அமைதி அடையட்டும்” என்று வண்டிக்காரன் பெருமூச்சு விட்டான். பிறகு தன் சாட்டையை வீசினான். நாங்கள் காட்டை அடைந்தோம்.

— **1979**

Inspired by: Slawomir Mrozek
Polish Writer, Dramatist, Cartoonist

ஒரு நிகழ்ச்சி

இடம் மதராஸ் என்று வைத்துக்கொள்ளுங்கள். இந்தக் கதையில் வரும் மனிதன் ஒரு டேக்ஸி ஓட்டுனர். டேக்ஸியின் பின்னிருக்கையில் உட்கார்ந்தவர்களுக்குத் தெரிவது அவன் காக்கிச் சட்டையின் அழுக்கான காலர்; அதனால் அவ்வப்போது சடையின் கழுத்துப் பகுதி மேலே எழுந்தலையும். அதற்கு மேலே தலைவாரி பல நாட்களாகி விட்டன. அடையாளமாக புதிராக சுருண்டுவிட்ட தலைமுடி – அந்த முடி எல்லையை மீற வேண்டாம் என்பதைப்போல இரண்டு பக்கமும் தடுப்பாகக் குறுக்கே நிற்கும் காதுகள். காது ஓரங்களில் மேலே இருந்து கீழ்வரை ஒன்றரை அங்குலம் செம்மையாகச் சீவியதுபோல வளர்ந்த தாடிமுடி. தலை முடியின் நிறம் அட்டைக் கருப்பாக இருந்தால், காது முடியின் நிறம் பழுப்புக் கலந்த – கருப்பு. சற்றே பருமனான மனிதன் என்றால் தப்பில்லை.

அவன் முகத்தைத் திருப்பும்போது எடுப்பாகத் தெரிவது திரட்சியான மூக்குக்கு கீழே மேல் உதட்டைக் குத்துவதுபோல படர்ந்திருந்த துடைப்ப மீசை. பிதுங்கி விழுவதுபோன்ற கண் விழிகள். விழிகளின் வெள்ளைப்பகுதியில் வரைபடம்போல சிகப்புக் கோடுகள். புதரைப்போல வளர்ந்த புருவங்களுக்கு இடையே மாரியம்மன் கோயில் பூசாரிக்கு இருப்பதைப்போல மிக அகலமான

குங்குமம். தாடையையே இல்லாமல் செய்யும் உப்பலான கன்னங்கள். கன்னத்தின் மேல், மூக்கின் மேல், நெற்றியின் மேல் எல்லாம் செதுக்கியதுபோல, கடுகு விதை அளவு அகலமான குழிகள். உடல் நிறம் சுத்தக் கருப்பு என்றால் பொய்யல்ல. வீல் மேல் இருக்கும் இரண்டு கை முட்டிகளில் தெளிவாகத் தெரியும் சுருட்டை முடி.

டேக்ஸியின் டேஷ்போர்ட் மேல் அண்ணாதுரை, முருகன் மற்றும் எம்.ஜி.ஆரின் சிறிய படங்கள். அவற்றின் மேல் தொங்கவிட்ட காக்கடாப் பூவின் சரம்; பாதி எரிந்து, சாம்பலை நூலைப்போல கீழே இறங்கவிட்டுப் புகைத்துக்கொண்டு நின்ற இரண்டு ஊதுபத்திக் குச்சிகள். படங்களுக்கு அருகிலேயே அலங்கோலமாகச் சுருட்டிவைத்த தமிழ் பத்திரிகை; 'தினத்தந்தி'. அதில் தெளிவில்லாமல் அச்சான படம் ஒன்று அரைகுறையாக வெளியே தெரிந்தது. டேக்ஸி ஓட்டுனரின் கண்கள் அவ்வப்போது அந்தப் பத்திரிகையை உற்றுப் பார்த்தன.

இந்தக் கதையில் வரும் பெண் உண்மையாகவே அழகி. வயது இருபத்தி எட்டு – முப்பது இருக்கலாம். அவளை நாம் பார்ப்பது வெறும் இருபத்தி ஐந்து – முப்பது நிமிடங்கள் மட்டுமே. அவள் போகவேண்டிய ராயப்பேட்டையை அடைய டேக்ஸிக்கு அந்த நேரம் போதுமானது.

காலை ஆறேமுக்கால் மணிக்கு அவள் ஹோட்டல் இம்பீரியல் முன் நின்றிருந்தாள். அவள் உடுத்தி இருந்த மஞ்சள் நிற பட்டுச் சேலைக்கு பச்சை பார்டர். இடது தோளில் தொங்கிக் கொண்டிருந்த வேனிட்டி பையின் நிறம் கடும் சிவப்பு. மழை வந்து நின்ற பிறகான சுகமான சூழ்நிலையில் அவளுடைய பளபளவென்று ஒளிரும் கண்கள் தங்களைச் சுற்றி சோர்வால் கருத்த வளையங்களை மின்னவைத்தன. சிறிது அதிகமாகவே வண்ணத்தைப் பூசிக்கொண்டிருந்த உதடுகளில் பார்ப்பவர் களைக் கிண்டல் செய்வதுபோலிருந்த சின்னச் சிரிப்பு. திடீர் என்று தொலைவில் தெரிந்த டேக்ஸியைக் கைவீசி அழைத்து, குழந்தையைப்போல உற்சாகமாக ஓடினாள். அவள் ஓட்டத்திற்கு சரிசமமாக இடுப்புவரை இறங்கிய நீளப்பின்னல் இருபுறங்களிலும் ஊசலாடியது.

நின்ற டேக்ஸியின் கதைவைத் திறந்து, 'ராயப்பேட்டை' என்று உரக்கச் சொல்லிவிட்டு, அவசரமாக உள்ளே நுழைந்து கதவை சாத்திக்கொண்டாள். டேக்ஸி ஓட்டுனர் மூடிய உதடுகளைத் திறக்காமல் ஒருமுறை கழுத்தைத் திருப்பி அவளைப் பார்த்தான். அவன் உப்பிய கண்களில் பாலைவனத்தைக் பார்த்த வேதனை அல்லது வெறுமை நிலை. அவள் நீண்ட மூக்கின் நுனியில்

துளிர்த்த வியர்வையைத் துடைத்துக்கொள்ள, டேக்ஸி ஓடத் தொடங்கியது.

டேக்ஸி ஓட்டுனரின் முகத்தை வர்ணித்த வகையில் உங்களுக்கு பயமாக இருந்திருக்கும். பயப்பட வேண்டாம். ஒளிக்கு மலர்ந்து சிரிக்கும் பூவை அவன் பறிக்கமாட்டான். அவ்வளவு எதற்கு, அவள் அருகே கூட போகமாட்டான்.

அப்போதே ஐந்து நிமிடமாகிவிட்டது. நேற்று இரவு பெய்த மழையால் தார்ச்சாலை நெடுக ஆங்காங்கே சிகப்பு வண்ணத்தில் நிறைந்திருந்த தண்ணீரை இரண்டு பக்கங்களிலும் தெறித்துக்கொண்டே டேக்ஸி ஓடியது. ஹேரிஸ் தெருவின் மூடிய கடைகளுக்கு முன் குறுக்கும் நெடுக்குமாகப் படுத்திருந்த அல்லது எழுந்து உட்கார்ந்து தலையைச் சொறிந்துகொண்டு கொட்டாவிவிடும் முகங்கள். பிளேபாய் ஆடையில் அழகாக எல்லா விளக்குக் கம்பங்களிலும் ‘உலகம் சுற்றும் வாலிபன்’ படத்தின் போஸ்டராகிவிட்ட எம்.ஜி.ஆர். மைல்கணக்கான வேகத்தில் ஓடிவந்து மாயமானார். டேக்ஸி கூவம் ஆற்றின் பாலத்தை ஏறிய உடன் துர்நாற்றம் மூக்கைத் துளைத்தது; நான்கு மாடிக் கட்டிடத்தின் முன்னால் பன்றி ஒன்று சகதியை முட்டி குய்யென்று ஈக்களை எழுப்பியது. ஓடும் டேக்ஸியைப் பிரதிபலிக்க கூவம் ஆற்றில் தண்ணீர் இருந்தால் தானே.

அட, சிந்தாத்திரிப்பேட்டை! இப்போது அவள் உதடுகளில் படிந்திருந்த புன்னகை மாயமாகி கண்கள் விரிந்தன. இடது பக்கம் ஒரு காலத்தில் கீற்றையும், புல்லையும் போர்த்திக் கொண்டிருந்த குடிசைகள் இருந்த இடத்தில் முழங்கால் உயரத்திற்கு நூற்றுக்கணக்கான குட்டிச் சுவர்கள். அக்கம்பக்கத்தில் எங்கெங்கும் வீடுகள் காணப்பட்டன. ஆனாலும் எந்த வீட்டுக்கும் கூரையே இல்லை. மழையையும் தண்ணீரையும் பார்த்திருந்த பூமியில் எங்கெங்கும் சாம்பல் மயமாக இருந்தது. குட்டிச் சுவர்களைச் சுற்றி நின்ற மக்கள், சட்டி, மக்கள், சட்டி, மக்கள், முதியவர்கள், சிறுவர்கள், பெண்கள், குழந்தைகள், கண்ட இடமெல்லாம் சிதறிக் கருப்பாகிக் கிடந்த மூங்கில் தடிகள். அநேகமாகக் குடிசை கூரைகளுடையதாக இருக்க வேண்டும். குட்டிச்சுவர் ஒன்றில் சாய்ந்து உட்கார்ந்திருந்த அந்தப் புதர்முடிக்காரனின் கண்ணில் ஏதோ தெரிகிறதே. மூன்று கற்கள் மேல் சட்டியை வைத்து குத்துக்காலிட்டு உட்கார்ந்திருந்த அந்தப் பெண் இருமி இருமி கண்ணில் நீர் வழிந்திருந்தது. சுறுசுறுப்பாக இருப்பவர்கள் குழந்தைகள் மட்டுமே. குப்பையைப் பார்த்துக்கொண்டு கொஞ்சமும் அசையாமல் நின்ற பசு பெருமூச்சுவிடுவதுபோல இருந்தது. இந்த நம்பிக்கையற்ற

சூழ்நிலையில் தோல்வியை மட்டுமே கத்திச் சொல்லும் காற்று. தொலைதூரத்துக் கம்பத்தில் ஓட்டையும் கிழிசலுமாகத் தொங்கிக்கொண்டிருந்தது தி.மு.க கொடி.

"எங்கள் பெரியம்மாவின் மருமகள், பிள்ளைத்தாச்சிப் பெண், முந்தாநாள் தீப் பற்றிக்கொண்டபோது சமைத்துக் கொண்டிருந்தாள். மக்கள் எல்லாம் கதறுவதைக் கேட்டு அவளுக்கு மயக்கம் வந்ததாம். யாரோ ஒருவர் அவளை வெளியே இழுத்துப் போட்டபோது பாதிச் சேலை எரிந்து போயிருந்தது. பாவம், திருமணமாகி ஆறு ஆண்டுகளுக்குப் பிறகு கர்பமாகி இருந்தாள்... இரவெல்லாம் மழை வந்ததே, தங்குவதற்கு சின்ன இடமும் இல்லாமல் மழையில் நனைந்து நனைந்து விடிகாலையில் இறந்து போனாள்... நேற்று மதியம் அவளை அடக்கம் செய்தோம்...". இந்தப் பேச்சை பேசியவர்கள் யார்? டேக்ஸி ஓட்டுனரா? அவன் முகத்தைப் பார்த்தால் இப்படியான பேச்சுகளைப் பேசும் மனிதன் என்று தோன்றாது. முந்தா நாள் சிந்தாதிரிப்பேட்டையில் குடிசைகளுக்குத் தீப் பிடித்தது உண்மை. எல்லாம் அரசியல். இந்தக் குடிசைக்காரர்கள் எல்லோரும் அண்ணாதுரையின் அணியைச் சேர்ந்தவர்கள் என்று யாரோ காங்கிரஸ்காரர்கள் நெருப்புப் பற்ற வைத்தார்களாம். இல்லை, 'இந்து பத்திரிகை'யில் வந்ததுபோல குடிசைக்காரர்களில் ஒருவனான செல்வம் என்பவனை காங்கிரஸ்காரர்கள் வளைத்துப் போட்டு, நன்றாகக் குடிக்க வைத்து, அவன் கையாலேயே நெருப்பைப் பற்றவைத்தார்களாம். இத்தனை குட்டிச் சுவர்களில் அவன் குடிசையின் குட்டிச் சுவர் எதுவோ.

நடுத் தெருவில் படுத்திருந்த நாயொன்று குய் என்று கத்தியது. அதன் காலில் அடிபட்டிருக்க வேண்டும். அட, எவ்வளவு விரைவில் வெயில் வந்துவிட்டது! இப்போது ஒவ்வொரு கடையாகத் திறந்து கொள்கின்றது. வீட்டுக்கு முன் தண்ணீர் தெளித்துக்கொண்டிருக்கும் பெண்கள், பால் டப்பாக்களைக் கட்டிக்கொண்டு ஒலி எழுப்பியபடி போகும் சைக்கிள்கள், எதிரில் வரும் டேக்ஸிகள், சைக்கிள் ரிக்‌ஷாக்கள். வெயில் ஏறுகிறது; வியர்வையால் ஆடைகள் உடம்பில் ஒட்டிக்கொள்கின்றன.

டேக்ஸி ராயப்பேட்டைக்குள் நுழைந்தது. நான்கு சாலைகள் இணையும் இடத்தில் அவள் "இங்கதான், இங்கதான்" என்றாள். டேக்ஸி நின்றது. கொஞ்சம் சிரமத்துடன் இடது பக்கம் திரும்பி, மடி மேல் இருந்த வேனிட்டி பையில் கை நுழைத்துக்கொண்டே 'எவ்வளவு?' என்றாள்.

ஓட்டுனர் மீட்டரைப் பார்த்து 'நாலரை ரூபாய்' என்றான். ஐந்து ரூபாய் தாள் ஒன்றை அவன் பக்கமாக நீட்டி "சில்லறையை வைச்சுக்க" என்றாள். அவன் நோட்டை வாங்கும் போது உதட்டை விரித்து ஆள்காட்டி விரல் அகலத்து இரண்டு பற்களைக் காட்டினான். அவள் இடது கையால் டேக்ஸியின் இடது கதவைத் திறந்து தெருவில் இறங்கினாள்.

ஓட்டுனர் பணத்தைப் பையில் போட்டுக்கொண்டு, கழுத்தைச் சுற்றிப் படிந்திருந்த வியர்வையைக் கையால் துடைத்தான். முழுவதும் எரிந்துபோன ஊதுபத்தியின் சிறிய குச்சிகளை வெளியே எறிந்தான். இனி என்ன, டேக்ஸியை ஸ்டார்ட் செய்யவேண்டும், அதற்குள் அது என்ன ஆர்வமோ, இடது பக்கத்துத் தெருவைப் பார்த்தான்; அப்படியே பார்த்துக் கொண்டிருந்தான். டேக்ஸியிலிருந்து பத்தடி தொலைவில் அவள் நடந்துபோய்க் கொண்டிருந்தாள். அவள் பின்பக்கத்தில் கையளவு சிகப்பாக ஏதோ பரவி இருந்தது இளம் வெயிலில், மஞ்சள் சேலையில் தெளிவாகத் தெரிந்தது. பார்க்கப் பார்க்க அந்தச் சிகப்பு மெல்ல மேலும் மேலும் அகலமாகிக் கொண்டிருந்தது போலத் தோன்றியது. அவள் உடனே நடையைத் தளர்த்தினாள்; இரண்டு கால்களையும் ஒன்றோடொன்று உரசுவதுபோல நெருக்கிக்கொண்டு, தரையைப் பெருக்குவதுபோல நடந்தாள். இதுவரை வீசிக்கொண்டிருந்த கைகள் இப்போது தெரிய வில்லை. அநேகமாக வயிற்றை இழுத்துப் பிடித்துக்கொண்டாளோ என்னவோ. ஓட்டுனர் உடனே பின் சீட்டின் பக்கமாகப் பார்வையைத் திருப்பி, மறுபடியும் அவளையே பார்த்தான். அவள் ஒரு குறுக்குத் தெருவில் திரும்பி மறைந்துவிட்டாள். உடனே ஓட்டுனர் பின் சீட்டிற்குப் பாய்ந்து தேடத் தொடங்கினான். குளித்த பிறகு உடம்பில் ஒட்டிய தண்ணீர்த் துளிகளைப் போல பச்சை மெத்தையில் சின்ன சின்ன இரத்தத் துளிகள்.

"அடிப் பாவி" என்று கீழே இறங்கிய ஓட்டுனர் தெருவில் கிடந்த காகிதத் துண்டுகளை எடுத்துப் பல்லைக் கடித்துக்கொண்டு இடது கையால் இரத்தத்தை துடைத்தான்.

— **1980**